D1763689

கல்வி: சமூக மாற்றத்துக்கான கருவி

எம்.வி.எஃப். மற்றும் குழந்தை உழைப்பு

சமூக அறிவியல் நூல்வரிசை

கல்வி: சமூக மாற்றத்துக்கான கருவி

எம்.வி.எஃப். மற்றும் குழந்தை உழைப்பு

சுச்சேதா மஹாஜன்

தமிழாக்கம்: மூ. அப்பணசாமி

nbt.india
एकः सूते सकलम्

நேஷனல் புக் டிரஸ்ட், இந்தியா

சந்தியா ராய்க்கு அர்ப்பணம்

முகப்பு : மத்தியப் பிரதேசம், ஜாபுவா மாவட்டத்தில் மகளிர் உறைவிட பாலம் முகாமில் பெருமிதத்துடன் ஒரு தந்தை

புகைப்பட உதவி : வருண் ஏக்நாத்

ISBN 978-81-237-6186-2

முதல் பதிப்பு 2011
இரண்டாம் பதிப்பு 2022 (சக 1944)
© சுச்சேதா மஹாஜன்
தமிழாக்கம் © நேஷனல் புக் டிரஸ்ட், இந்தியா
Original title: Education for Social Change
Tamil translation: Kalvi Samooha Matrathukkana Karuvi

₹ 110.00

வெளியீடு: இயக்குநர், நேஷனல் புக் டிரஸ்ட், இந்தியா
நேரு பவன், 5 இன்ஸ்டிடியூஷனல் ஏரியா, பேஸ்-II
வசந்த் குஞ்ச், புதுதில்லி - 110070
Website: www.nbtindia.gov.in

உள்ளடக்கம்

முன்னுரை vii

1. அறிமுகம் 1
2. உழைப்பிலிருந்து கல்வியை நோக்கி 7
3. குழந்தைகளுக்கு ஆதரவான நிலைபாடு 18
4. அனைவரையும் ஆதரிக்கச் செய்தல் 26
5. ஏழைகளுக்கு அதிகாரம் 38
6. பெண் குழந்தைக்கு உரிய மதிப்பு 45
7. குழந்தை உழைப்பில் துவங்கி குழந்தைகளின் ஆரோக்கியம் நோக்கி 59
8. சமூக ஆதரவைத் திரட்டுதல் 63
9. வேறு பகுதிகளிலும் நடைமுறைப்படுத்தல் 69
10. குழந்தை உரிமைகளுக்கான மக்கள் இயக்கம் 84

துணைநூற்பட்டியல் 89

முன்னுரை

பிபன் மற்றும் சாந்தா ஆகியோருக்கான சிறிய காணிக்கை இப்புத்தகம். கடந்தகாலத்தைக் கண்டெடுப்பதற்கான ஒரு பயணமாக மாறிய ஓர் அனுபவத்தில் பங்கேற்க என்னை அழைத்தமைக்காக பிபன் சந்திரா அவர்களுக்கு இப்புத்தகம் காணிக்கை. 1984இல் கடும் மழையால் பாதிக்கப்பட்டிருந்த மலபார் மாவட்டத்தின் ஒரு கோடைகாலத்தில்தான் இந்திய தேசிய இயக்க வரலாறு குறித்த வாய்மொழி வரலாற்றைப் பதிவு செய்யும் திட்டம் தொடங்கியது. அங்கு விவசாயிகள் மற்றும் விவசாயத் தொழிலாளர்களிடம் நேர்காணல் செய்ய மொழிபெயர்ப்பாளர்கள் உதவியுடன் கிராமங்களுக்குப் பிரிந்து சென்றோம்.

ஜவஹர்லால் நேரு பல்கலைக்கழக (ஜே.என்.யு.) முன்னாள் மாணவரும், ஹைதராபாத் பல்கலைக்கழகத்தில் அரசியல் பயிற்றுவித்து வந்தவருமான சாந்தா சின்ஹாவும் ஆந்திர மாநிலத்தில் மொழி பெயர்ப்பாளராக எங்களுடன் இணைந்து கொண்டார். பொதுவாக நாங்கள் இருவரும் இணைந்தே நேர் காணல்களுக்குச் சென்றோம். அவர் சீக்கிரமே மொழிபெயர்ப் பதை நிறுத்திவிட்டு தானாகவே நேர்காணல்களில் ஈடுபடத் தொடங்கினார். என்னிடமும் சில தகவல்களை அவ்வப்போது பெறுவார். குண்டூரில் வயதான ஒரு பெண்மணியிடம் மேற்கொண்ட நேர்காணலைக் குறிப்பாக நினைவுகூர்கிறேன். அம்மூதாட்டி இளம்பெண்ணாக இருந்தபோது அங்கு வந்த

* குழந்தை உழைப்பு முறையை முடிவுக்குக்கொண்டு வந்ததிலும், அனைத்து குழந்தைகளையும் பள்ளிக்கு அனுப்பியதிலும் ஆந்திரப் பிரதேச மக்களுக்கு வழி காட்டியதற்காக 2003ஆம் ஆண்டுக்கான மகசேசே விருது சாந்தா சின்ஹாவுக்கு வழங்கப்பட்டது.

காந்திஜியிடம் தனது தங்க வளையல்கள் மூன்றினையும் கழற்றிக் கொடுத்ததை அவர் உணர்வுபூர்வமாகக் கூறியதைக் கேட்டு நாங்கள் மூவரும் கண்ணீர் விட்டு அழுதுவிட்டோம். தேசிய இயக்கச் செயல்வீரர்களுடன் இவ்வாறு ஏற்பட்ட தொடர்பின் செல்வாக்குதான் அவர் குழந்தைத் தொழிலாளர் பிரச்சினையைக் கையில் எடுக்க உத்வேகமாக இருந்தது என்று சாந்தா பின்னாட்களில் எனக்குக் கூறினார்.

என்னைப் பொறுத்தவரை, விடுதலைப் போராட்ட உத்வேகத்தின் மறு உருவமாகத் தோன்றிய அவரது பணிகளால் நானும் ஈர்க்கப்பட்டேன். 1997 முதல், சாந்தா தலைமையில் ஆந்திர மாநிலத்தில் எம்விஎஃப் அறக்கட்டளை (M. Venkatarangaiya Foundation) இயங்கும் ரங்கா ரெட்டி மாவட்டத்துக்கு எப்போதெல்லாம் சென்றேனோ, அப்போதெல்லாம் நான் அவர்களோடு இருப்பேன். கொத்தடிமைகளாக உள்ள குழந்தைத் தொழிலாளர்களுக்குப் 'பாலம்' (Bridge) வகுப்பு மூலம் பல கட்டங்களாக கல்வி அளித்து, சிறார்களை வழக்கமான பள்ளிகளில் சேர்க்கும் பணியில் அவர்கள் ஈடுபட்டு வந்தனர். மற்ற நேரங்களில், பிபன், மிருதுளா, ஆதித்யா ஆகியோருடன் எம்விஎஃப் பயிற்சிப் பட்டறை மற்றும் பயிற்சி வகுப்பு ஊழியர்களுடன் உரையாடுவதன் மூலம் நக்சலைட் இயக்கத்தின்பால் மேற்கொள்ள வேண்டிய அணுகுமுறை போன்ற முக்கியப் பிரச்சினைகள் குறித்து கருத்துகளைப் பகிர்ந்து கொள்வேன். ஒரு சிறிய தொடக்கத்திலிருந்து ஒரு மாபெரும் இயக்கமாக ஒரு என்.ஜி.ஓ. திட்டம் உருமாற்றம் அடைந்திருந்தது. மிக அண்மையில், மத்தியப் பிரதேசத்தின் ஜாபுவா, தார் மாவட்டங்களில் பயணம் மேற்கொண்டேன். என்னுடன் எனது மூத்த மகன் வருண் பயணம் செய்து ஏராளமான குறிப்புகளை எடுத்தான். அங்கு, குக்கிராமங்கள் மற்றும் குற்றச் செயல்களில் ஈடுபட்டு வந்த பழங்குடியினர் மத்தியில் கூட தெலுங்கு பேசும் எம்விஎஃப் ஊழியர்கள்/செயல்வீரர்கள்/ செயல்பாட்டாளர்கள்/தொண்டர்கள் கல்வி குறித்த ஆர்வத்தைப் பரப்பியிருந்ததைக் கண்டு வியந்தோம்.

இப் புத்தகத்தின் இறுதி வரைவை, கோமோ ஏரிக் கரையில் அமைந்துள்ள ராக்ஃபெல்லர் ஃபவுண்டேஷனின் செர்பல்லோனி வில்லா விடுதியில் கடந்த கோடைகாலத்தில்

தங்கியிருந்தபோது எழுதினேன். ஏரியின் இயற்கைக் காட்சிகளை எந்த நேரமும் கண்டுகளிக்கும் வகையில் அமைந்த ஒரு அறையை நான்கு வாரங்கள் சொந்தமாக்கிக் கொண்டு, சதா சர்வகாலமும் எழுதுவது, சாப்பிடுவது, தூங்குவது, மீண்டும் எழுதுவது என்று ஈடுபட்டிருந்த என் தேவைகளை அறிந்து முழு நேரமும் பராமரிப்பதற்குத் தாய்மையுள்ளம் கொண்டவர்களால் மட்டும்தான் இயலும். மோனிக் டிவாக்ஸ், கிரிஸ் தியோஃபானிடிஸ், கரோல் மற்றும் ஜிம் ரோகோமாரா, ஜான் மற்றும் பார்பரா கேலட்டி, சூசன் கிரில், ஐயோர்டன் அவ்ராமோவ், பிளர் பளேசியா ஆகியோர் மிகச்சிறப்பாக ஆதரவளித்தனர். ஜே.என்.யு.வின் வரலாற்றாய்வு மையத்தில் என் சக ஆய்வாளர்கள் மற்றும் மாணவர்கள் தொடர்ந்து அளித்த ஆதரவு மட்டுமல்லாமல் அவர்கள் வழங்கிய நேர்மையான விமர்சனங்களுக்காகவும் நன்றிக்கடன் பட்டிருக்கிறேன்.

கல்வி அல்லது தொழிலாளர் துறையில் நான் வல்லுநர் இல்லை என்றாலும்கூட, நான் இதை எழுத வேண்டும் என்று பிபன் சந்திரா அவர்கள் அளித்த நம்பிக்கைக்கும் நன்றி கூறுகிறேன். வெகுமக்கள் இயக்கங்களின் வரலாற்றாசிரியரே கல்வி உரிமை இயக்கத்தினை மற்ற வெகுமக்கள் இயக்கங் களுடன் சரியாகப் பொருத்திக்காண முடியும் என்பது அவரது உணர்வாக இருந்திருக்கலாம். இப்புத்தகத்தில் எனது முயற்சியும் அதுவே ஆகும். இத்தகைய சில இயக்கங்கள் எவ்வாறு 1980–90களின் அரசு எதிர்ப்புப் போராட்டங்களையும் கடந்து, வேலைவாய்ப்பு, உணவு, தகவல், கல்வி என எப்பிரச்சினையாக இருந்தாலும் ஒடுக்கப்பட்ட மக்கள் தங்கள் உரிமைகளை அடைவதில் வெற்றி பெறச் செய்தன என்பதை இப்புத்தகத்தில் காண்பித்துள்ளேன். எதுவுமே அவர்களுக்கு தடைக்கல்லாக இருந்ததில்லை; கடைக்கோடி ஏழைகள், வரை முறையற்ற அதிகாரவர்க்கம் மற்றும் தங்கள் எதிரிகளுடன்கூட அவர்கள் பணியாற்றினார்கள். இந்தியாவின் இப்புதிய சமூக இயக்கங்களை நாம் அனைவரும் கவனித்து அறிந்து கொள்ள வேண்டும் என்பதே எனது நோக்கம்.

புதுதில்லி — சுச்சேதா மஹாஜன்

1

அறிமுகம்

உலகில் உள்ள வளரும் நாடுகளில் உள்ள குழந்தைகளில் 13 கோடி குழந்தைகள் பள்ளிக்குச் செல்வதில்லை. இதில் 50 விழுக்காட்டினர் தெற்கு ஆசியாவைச் சேர்ந்தவர்கள் என்பது உங்களுக்குத் தெரியுமா? அதிலும், தனது அண்டைநாடுகளான மிகவும் வறிய நிலைமையில் உள்ள சிறிய நாடுகளைவிட நமது இந்தியாவின் நிலைமை எந்த விதத்திலும் மேம்பட்டதாக இல்லை. உண்மையில், அடிப்படைக் கல்வி வழங்கும் விஷயத்தில் உலகிலேயே மிகவும் ஏழ்மை நிலையில் உள்ள நாடுகளைவிட இந்தியா பின்தங்கியுள்ளது. இந்தியாவில் பள்ளி செல்லும் குழந்தைகளில் 62 விழுக்காடு குழந்தைகள் மட்டுமே தொடக்கக் கல்வியை நிறைவு செய்கின்றனர்.

அனைத்துக் குழந்தைகளுக்கும் 14 வயதுவரை கட்டாய இலவசக் கல்வி வழங்குவது அரசின் பிரகடனப்படுத்தப்பட்ட கடமை என்று நமது அரசமைப்புச் சட்டம் கூறுகிறது. "14 வயதுக்குட்பட்ட எந்த ஒரு குழந்தையும் எந்தவொரு தொழிற்சாலையிலோ, சுரங்கத்திலோ அல்லது ஆபத்தான வேலைகளிலோ ஈடுபடுத்தப்படக்கூடாது" என்று இந்திய அரசமைப்புச் சட்டப் பிரிவு 24 கூறுகிறது. "குழந்தைகள் தவறாகப் பயன்படுத்தப்படக்கூடாது, அதாவது பொருளாதார நெருக்கடி போன்ற காரணங்களால் அவர்களது வயதுக்கும், வலுவிற்கும் பொருத்தம் இல்லாத வேலைகளில் அந்தக் குடிமக்கள் (குழந்தைகள்) திணிக்கப்படாத வகையில்" அரசுக் கொள்கை அமையவேண்டும் என அரசமைப்புச் சட்டப் பிரிவு 39(ஈ) வழிகாட்டுகிறது. அரசமைப்புச் சட்டத்தின் 86ஆவது சட்டத்திருத்தம் கல்வி கற்கும் உரிமையை 6 வயது முதல் 14 வயதுக்குட்பட்ட அனைத்துக் குழந்தைகளுக்கும் அடிப்படை உரிமையாக்கியுள்ளது.

ஆனால், இந்தப் பிரச்சினையைச் சந்திப்பதற்கான எந்த விதமான அரசியல் உறுதிப்பாட்டையும் அரசு காட்டுவதில்லை என்பதுதான் எதார்த்த நிலையாகும். மாறாக, சில சமூகக் குழுக்களுக்கு முறையான பள்ளிகள் பொருத்தமற்றதாக இருக்கின்றன என்றும், ஏழைப் பெற்றோர் தம் குழந்தைகளைப் பள்ளிக்கு அனுப்ப விரும்புவதில்லை என்றும், தற்போதைய பள்ளிகள் போதுமானதாக இல்லை என்றும் அரசு வாதிடுகிறது. இரண்டு கருதுகோள்கள் அரசுக் கொள்கைகளில் செல்வாக்கு செலுத்துகின்றன. குழந்தை உழைப்பு என்பது கசப்பான எதார்த்தம்; அதில் சுரண்டல்தன்மையை நீக்குவது குறித்து மட்டுமே ஒருவர் முயலலாம் என்பது முதல் கருத்து. குழந்தை உழைப்பில் ஆபத்தான உழைப்பு, ஆபத்தில்லாத உழைப்பு உள்ளது. இரண்டுக்கும் இடையேயான வேறுபாட்டை ஒருவர் தெளிவாகப் புரிந்துகொள்ள வேண்டும் என்று வாதிடுகிறார்கள். இதைக் கருத்தில் கொண்டே குழந்தை உழைப்பு (தடுப்பு மற்றும் முறைப்படுத்தல்) சட்டம் 1986 கூட குழந்தை உழைப்பை முழுமையாக ஒழிப்பதற்குப் பதிலாக அதை நெறிப்படுத்துவதை மட்டுமே கோருகிறது. இரண்டாவதாக, ஏழைப் பெற்றோர் தம் குடும்பத்தினரைப் பாதுகாக்க குழந்தைகளை வேலைக்கு அனுப்பவேண்டிய 'கசப்பான எதார்த்தநிலை' எழுகிறது என்ற கருத்து முன்வைக்கப்படுகிறது. இது 'வறுமை வாதம்'. இந்த வறுமை வாதம் தவறானது ஆகும்; ஏனெனில், தம் குழந்தைகள் வேலைக்குச் செல்வதைவிடப் பள்ளி செல்வதையே ஏழைகள் விரும்புகிறார்கள். பிரச்சினை நமது மனநிலையில்தான் உள்ளது. ஏழைகளின் குழந்தைகள் தம் குடும்பத்தைப் பாதுகாக்க வேலைக்குச் செல்ல வேண்டும் என்று முன்முடிவான கருத்துகளை நாம் கொண்டுள்ளோம். அடுத்த தலைமுறைக்காக தேவைப்படும் தியாகங்களைச் செய்ய ஏழைகள் தாமாகவே தயார்நிலையில் உள்ளனர்.

கட்டாயக் கல்வியைக் கொண்டுவருவதன் மூலமே உலகில் குழந்தை உழைப்பு அகற்றப் பட்டிருக்கிறது என்பதை மைரோன் வெய்னர் நிரூபித்திருக்கிறார். முதலில் கல்வியைக் கட்டாயமாக்காமல் எந்த நாட்டிலும் குழந்தை உழைப்பு முறை வெற்றிகரமாக அகற்றப்பட்டதில்லை. 19ஆம் நூற்றாண்டின் மத்தியக் காலம் வரை மிகவும் வளர்ச்சி அடைந்த தொழில்மய நாடுகளில்கூட குழந்தை உழைப்பு பரவியிருந்தது. அரசு

கட்டாயக் கல்வியை அறிமுகம் செய்ததும் குழந்தைகள் வேலையை நிறுத்திக் கொண்டனர்.

இந்தியாவில் குழந்தைத் தொழிலாளர்கள் எவ்வளவு பேர் உள்ளனர் என்பதில்கூட ஒத்த கருத்தை எட்ட முடியவில்லை. 8.4 மில்லியன் குழந்தைத் தொழிலாளர்கள் (தேசிய மாதிரிக் கணக்கெடுப்பு, 2004) முதல் 12.67 மில்லியன் (மக்கள் தொகைக் கணக்கெடுப்பு 2001) வரை வேறுபடுகிறது. 1991ஆம் ஆண்டின் மக்கள்தொகைக் கணக்கெடுப்பு, 5–14 வயதுப்பிரிவினர் 209 மில்லியன் குழந்தைகளில், 104 மில்லியன் பள்ளி சென்றனர், 105 மில்லியன் (50 விழுக்காடு) பள்ளி செல்லவில்லை என்று காட்டுகிறது. 2001ஆம் ஆண்டுக் கணக்கெடுப்பின்படி, 5–14 வயதுப்பிரிவினர் எண்ணிக்கை 253 மில்லியனாக உயர்ந்தது; இவர்களில் 166 மில்லியன் பள்ளி சென்றனர், 87 மில்லியன் (34.38 விழுக்காடு) பள்ளி செல்லவில்லை. 1991ஆம் ஆண்டின் விவரங்களுடன் ஒப்பிட்டால் இது ஒரு முன்னேற்றம்தான்; இருப்பினும் மிகப்பெரும் எண்ணிக்கையிலான குழந்தைகள் இன்னும் பள்ளி செல்லாதவர்களாக உள்ளனர். ஒரு குழந்தை பள்ளி செல்லவில்லை என்றால், விரைவில் அது உழைப்பாளியாக மாறிவிடும்.

குழந்தை உழைப்புப் பரவல் விஷயத்தில் சில மாநிலங்கள் மிகவும் மோசமாக உள்ளன; அவற்றில் ஆந்திர மாநிலமும் ஒன்று. ஆனால், கடந்த ஆண்டுகளில் பெருத்த மாற்றம் ஏற்பட்டுள்ளது. ஆந்திர மாநிலத்தில் அண்மையில் எழுத்தறிவு பெற்றோர் எண்ணிக்கை அதிகரித்துள்ளதுடன், குழந்தைத் தொழிலாளர் எண்ணிக்கை குறைந்துள்ளது. 1991இல் 49.18 விழுக்காடாக இருந்த பள்ளி செல்வோர் விகிதம், 2001இல் 73.82 விழுக்காடாக அதிகரித்தது. 1991–2001 காலகட்டத்தில் 7–14 வயதுக்குட்பட்ட குழந்தைகள் எழுத்தறிவு பெற்றோர் வளர்ச்சி 33.6 விழுக்காடு அதிகரித்தது. 1991இல் 10 விழுக்காடாக இருந்த குழந்தைத் தொழிலாளர் எண்ணிக்கை ஆந்திரத்தில் 2001இல் 7.7 விழுக்காடாகக் குறைந்தது. இதே காலத்தில் இந்திய அளவில் இந்த விகிதம் மிகக்குறைவுதான். இதற்கான பெருமையில் ஒரு பங்கு எம்விஎஃப் அறக்கட்டளைக்கும் சேரும்; பெருமளவிலான சமூகத் திரட்டலில் எம்விஎஃப் ஈடுபட்டதுடன், குழந்தை உழைப்பு நீக்கம் தொடர்பான அரசுக் கொள்கை வகுப்பதிலும் செல்வாக்கு செலுத்தியுள்ளது.

அனைத்து குழந்தைகளையும் பள்ளியில் சேர்ப்பதன் மூலம் குழந்தை உழைப்பை நீக்கும் மிகச் சிறப்பான செயல்திட்டத்தை உருவாக்கிய அரசு சாரா அமைப்பான எம். வெங்கடரங்கையா ஃபவுண்டேஷனுக்கு (எம்.வி.எஃப்.) ஆந்திரப் பிரதேசம் தாய் மாநிலமும் ஆகும். தொழிலாளர் என்ற நிலையிலிருந்து பள்ளிசெல்வோர் எனும் நிலைக்கு ஒரு குழந்தையை மாற்றும் ஆற்றல் மிக்க முகமையாக செயல்படும் வகையில் முறைசார் பள்ளிக்கல்வி அமைப்பு வலுப்படுத்தப் பட வேண்டும் என எம்விஎஃப் வலியுறுத்தி வந்திருக்கிறது. பள்ளி செல்லாத குழந்தைகள் பள்ளிக்கு வரும் சூழ்நிலையில் தம்மைவிட வயது குறைந்த முதல் வகுப்புக் குழந்தைகளுடன் ஒன்றாக அமரக் கூச்சப்படலாம் என்பதால், அவர்களுக்காக பிரத்யேகமான ‘பாலம்’ வகுப்புகளை எம்விஎஃப் உருவாக்கி யிருக்கிறது. வெறும் 9 மாதங்களுக்குள் 1 முதல் 5 வகுப்புகள் வரை பலகட்டங்களாக முடிக்கும் வகையில் குழந்தைகளை அது அமரவைத்தது. இதில் எம்விஎஃப் மேற்கொண்ட அணுகு முறையே மிகவும் சிறப்பானது; இதன் மூலமே அனைத்துப் பங்காளர்களிடமிருந்தும்—அது கிராம பஞ்சாயத்தாக இருந்தாலும் சரி, ஆசிரியர்கள், பெற்றோர்கள் ஆனாலும் சரி—இணக்கத்தைப் பெற முடிந்தது.

பிற மாநிலங்களில் குழந்தைத் தொழிலாளர்களைப் பள்ளிக்கு அனுப்பவேண்டிய பொறுப்பு மாநில தொழிலாளர் துறைக்கு அளிக்கப்பட்டிருக்க, அப்பொறுப்பை ஆந்திர பிரதேச மாநில அரசின் கல்வித்துறையே ஏற்கச்செய்யும் வகையில் எம்விஎஃப் வலியுறுத்தி ஏற்கச்செய்ய முடிந்தது. அதேபோல, குழந்தைத் தொழிலாளர்களை முறைசாராப் பள்ளிகளில் சேர்த்து வந்ததற்கு மாறாக, அக்குழந்தைகள் பகல் முழுவதும் கடின உழைப்பில் ஈடுபடுவதால் மாலையில் பள்ளிக்கு வந்து படிப்பது கடினம் என்பதால் முறைசாராப் பள்ளிகளை நீக்கும்படியும் 1997இல் அரசு வலியுறுத்தப்பட்டது. கல்வி ஆண்டில் எந்த நாளிலும் குழந்தைகளைப் பள்ளியில் சேர்த்துக் கொள்ளும்படியும், தொடக்கக்கல்வி நிறைவு செய்த குழந்தைகளை, தொடர்ந்து அருகிலுள்ள நடுநிலைப் பள்ளி களில் சேர்ப்பதை அந்த தொடக்கப் பள்ளியின் தலைமை ஆசிரியரின் பொறுப்பாக்குவதற்கும் எம்விஎஃப் நெருக்கடி அளித்தது. முன்பு சரிவரப் பயன்படுத்தப்படாமல் இருந்த

சமூக நலத்துறையின் தாழ்த்தப்பட்ட, பழங்குடியின மற்றும் இதர பிற்பட்ட வகுப்பினருக்கான மாணவர் விடுதிகள் சிறந்த பயன்பாட்டுக்குக் கொண்டுவரப்பட்டன. பாலம் வகுப்புகளை நிறைவு செய்த குழந்தைகள் இந்த மாணவர் விடுதிகளில் சேர்க்கப்பட்டு வளமையான பள்ளி வாழ்க்கைக்கு உட்படுத்தப்பட்டனர்.

ஆந்திர மாநிலத்தின் பின் தங்கிய தெலுங்கானா பகுதியைச் சேர்ந்த ரங்கா ரெட்டி மாவட்டத்தைச் சேர்ந்த மூன்று கிராமங்களைத் தேர்வு செய்து குழந்தை உழைப்பு நீக்கப் பணியில் எம்விஎஃப் 1991இல் இறங்கியது. நிலப்பிரச்சினை, வீட்டு வசதி, குறைந்தபட்ச ஊதிய நிர்ணயம், கூட்டுறவு அமைப்புகள் மற்றும் முறைசாராப் பள்ளிகள் நிறுவுவது போன்ற பிரச்சினைகளிலிருந்து கொத்தடிமை, கல்வி போன்ற பிரச்சினைகளுக்கு எம்விஎஃப் முன்னேறியது. பின்னர், பெண் குழந்தைகள் சந்திக்கும் பிரச்சினைகளான குழந்தைத் திருமணம், சுகாதாரம் போன்றவையும் உள்ளடங்கின. தொடக்கத்தில் தாழ்த்தப்பட்ட சமுதாயத்தினர் மீது மட்டும் கவனம் செலுத்தப்பட்டபோதும், பின்னர் முழு கிராம சமூகத்தைச் சேர்ந்த அனைத்துக் குழந்தைகளும் இணைக்கப் பட்டனர். மாவட்ட அதிகாரிகள் முதல் தேர்ந்தெடுக்கப்பட்ட பிரதிநிதிகள் வரை, உள்ளாட்சி அமைப்புகள் முதல் மாநில அளவிலான அதிகாரிகள் வரை கொள்கை முடிவு எடுக்கும் அனைவர் மீதும் செல்வாக்கு செலுத்தப்பட்டது.

கொத்தடிமைத் தொழிலாளர் விடுவிப்பு, குழந்தைத் திருமணங்கள் தடுப்பு, நடுநிலை-உயர்நிலைப் பள்ளிகளைப் பலப்படுத்துதல், அனைத்துப் பங்காளர்களுக்கும் பயிற்சி யளித்தல், எம்விஎஃப் அல்லாத தொண்டு நிறுவனங்களை மேம்படுத்தல் ஆகிய பிரச்சினைகளை எம்விஎஃப் கையில் எடுத்தது. பள்ளிக் கல்விக் குழுக்கள், குழந்தை உரிமைகள் பாதுகாப்பு அமைப்பு, தாய்மார்கள் குழு, குழந்தைத் தொழிலாளர் விடுவிப்புக்கான இளைஞர் குழுக்கள், குழந்தை உழைப்பு விடுதலை அமைப்பு, அல்லது ஆசிரியர் அமைப்பு மற்றும் குழந்தைகள் உரிமைகளுக்கான கிராம பஞ்சாயத்து உறுப்பினர்கள் நடவடிக்கைக் குழு போன்ற அமைப்புகள் மற்றும் பயிற்று நிறுவன அமைப்புகளை எம்விஎஃப் உருவாக்கி

வளர்த்தெடுத்தது. எம்விஎஃப்-இன் மாதிரி, மாநிலத்தின் பிற தொண்டு நிறுவனங்களுக்கு மட்டுமின்றி அனைத்திந்திய அளவுக்கு தற்போது விரிவுபடுத்தப்பட்டுள்ளது. கொத்தடிமைத் தொழிலாளர் பிரச்சினை, தொடக்கக் கல்வியை வியாபிக்கச் செய்தல், பாலம் வகுப்பு, 'பள்ளிக்குத் திரும்புதல்' போன்ற திட்டங்களுக்கான நடைமுறைப் பயிற்சிகள் குறித்து துணை ஆட்சியர் முதல் மாநில அளவிலான அதிகாரிகள் வரை விழிப்புணர்வும், அக்கறையும் ஏற்படுத்தப்பட்டது.

இதுவரை ஆந்திர மாநிலத்தின் 11 மாவட்டங்களில், 137 வட்டங்களில், எம்விஎஃப் 6000க்கும் அதிகமான கிராமங்களை எட்டியுள்ளது. சுமார் 50,000 குழந்தை உழைப்பாளிகள் பாலம் வகுப்புகளில் சேர்க்கப்பட்டனர்; 4,00,000 உழைப்பாளிக் குழந்தைகள் முறைசார் பள்ளிகளுக்கு அனுப்பப்பட்டனர். இதில், கொத்தடிமை முறையிலிருந்து விடுவிக்கப்பட்ட 15,000 குழந்தைகளும், குழந்தைத் திருமணத்திலிருந்து காப்பாற்றப் பட்ட 8,000 சிறுமிகளும் அடங்குவர். குழந்தைகளை விடுவிக்க 30,000 கல்வி ஆர்வலர்கள் திரட்டப்பட்டனர்; 3,000 பள்ளிக் கல்விக் குழுக்களும், கிராம பஞ்சாயத்துகளும் குழந்தை உழைப்புக்கு எதிரான இயக்கத்தை மேற்கொண்டன. ரங்கா ரெட்டி மாவட்டத்திலுள்ள 1,000 கிராமங்கள் குழந்தை உழைப்பிலிருந்து விடுவிக்கப்பட்டுள்ளன.

எம்விஎஃப்-ஐ சிறப்பாகச் செயல்படச் செய்தது எது? குழந்தை உழைப்பு மற்றும் கல்வி குறித்த அதன் கருதுகோள் என்ன? இந்த அமைப்பின் செயல்திட்டங்கள் என்னென்ன? இந்த அமைப்பின் செயல்பாடு ஏனைய அமைப்புகளின் செயல்பாடுகளிலிருந்து வேறுபட்டதா? கல்வி மற்றும் குழந்தை உழைப்பு நீக்கப் பணிகளில் ஈடுபட்டதால் வெளித்தெரிந்த மற்ற பிரச்சினைகள் எவை? எம்விஎஃப்-ன் மாதிரி, ஆந்திரப் பிரதேசத்துக்கு மட்டுமே பொருந்தக் கூடியதா அல்லது பிற மாநிலங்கள், இதர நாடுகளுக்கும் பொருந்தக் கூடியதா? எனது நேரடி அனுபவங்கள் மற்றும் நம் சமகாலத்தின் முக்கியப் பிரச்சினைகளில் சமூக, அரசியல் திரட்சிகள் பற்றிய புரிதல் ஆகியவற்றின் அடிப்படையில் இக்கேள்விகளுக்கு விடை காண இப்புத்தகம் முயல்கிறது.

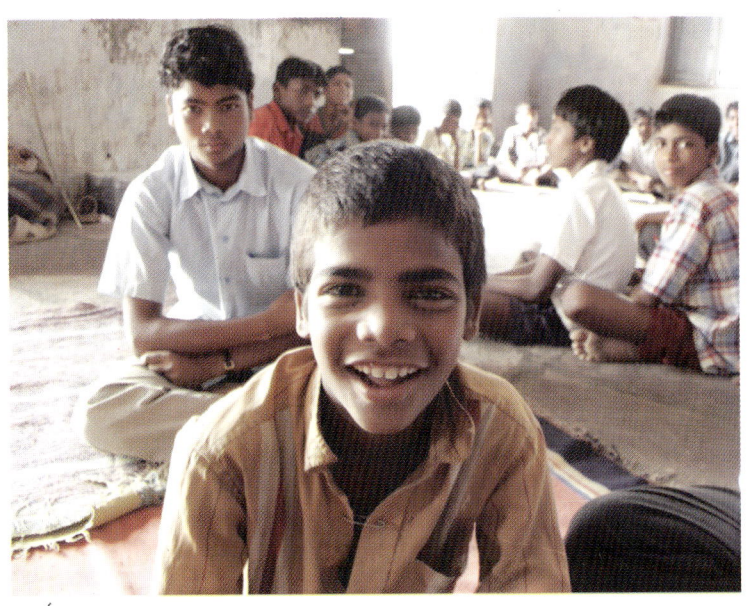

ஒரு வகுப்பறையில் சிறுவர்கள்

பெண் குழந்தை உழைப்பாளி

உறைவிட பாலம் முகாமில் பெண் குழந்தைகள்

ரங்கா ரெட்டி மாவட்டம், அலூரில் மகளிர் முகாம்

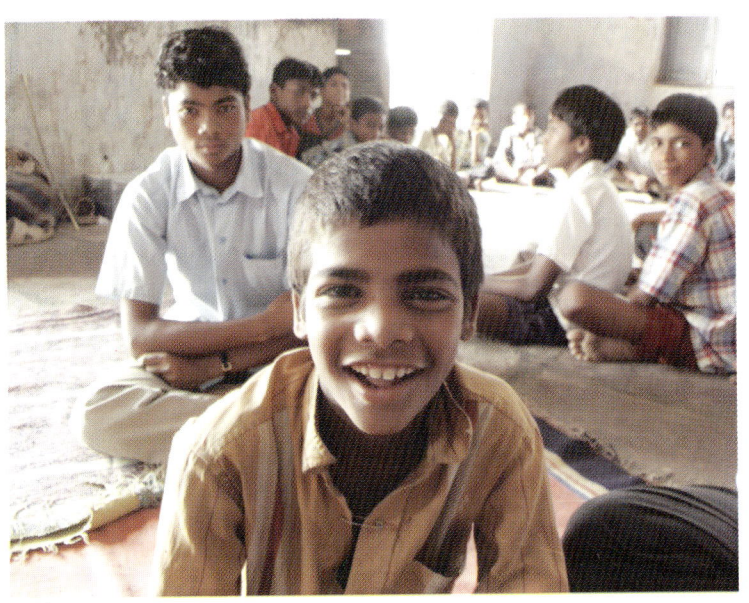

ஒரு வகுப்பறையில் சிறுவர்கள்

பெண் குழந்தை உழைப்பாளி

உறைவிட பாலம் முகாமில் பெண் குழந்தைகள்

ரங்கா ரெட்டி மாவட்டம், அலூரில் மகளிர் முகாம்

பார்ரிங்குட்டா கிராமத்தில் கோண்டி பழங்குடியினர்

சிவாரெட்டிபேட் சிறுவர்கள் முகாம்

வகுப்பறையில் இளம்சிறார்கள்

பார்ரிங்குட்டா கிராமத்தில் கோண்டி பழங்குடியினர்

சிவாரெட்டிபேட் சிறுவர்கள் முகாம்

வகுப்பறையில் இளம்சிறார்கள்

2

உழைப்பிலிருந்து கல்வியை நோக்கி

குழந்தை உழைப்பு அகற்றலுக்கான அடிப்படைக் கொள்கை களின் பிரகடனம் என்று இன்று அழைக்கப்படும் 'சமரசமற்ற கொள்கைகள்' என்னும் கண்ணோட்டத்திலிருந்து எம்விஎஃப்-இன் குழந்தைத் தொழிலாளர் குறித்த கொள்கைகளை உருவாகியுள்ளன.

1. அனைத்து குழந்தைகளும் முறையான முழுநேரப் பகல் பள்ளிகளில் சேர்க்கப்படவேண்டும்.
2. பள்ளியில் சேராத எந்தக் குழந்தையும் குழந்தை உழைப்பாளிதான்.
3. குழந்தை மீது திணிக்கப்படும் எந்த ஒரு வேலையும்/ உழைப்பும் அக்குழந்தையின் ஒட்டுமொத்த வளர்ச்சிக்கு தீங்கானது, அபாயகரமானதுதான்.
4. குழந்தை உழைப்பு முழுமையாக ஒழிக்கப்பட வேண்டும். குழந்தை உழைப்பை நெறிப்படுத்தும் வகையிலான சட்டம் ஏற்கப்படக் கூடியது அல்ல.
5. குழந்தைத் தொழிலாளர் முறையை நியாயப்படுத்தும் எந்த ஒரு கருத்தும் கண்டனத்துக்குரியது.

இக்கண்ணோட்டத்தின் பலம் வெறும் கொள்கைபலத்தில் இருந்து மட்டும் பெறப்படவில்லை. நடைமுறை அனுபவங்களி லிருந்தும் பெறப்பட்டது. குழந்தை உழைப்புக்குக் காரணம் வறுமைதான் என்று வாதிடும் 'வறுமைவாதத்துக்கு' எதிரான வலுவான வாதமாக எம்விஎஃப் நடைமுறைகள் உள்ளன. தம் குழந்தைகள் கல்விகற்க/பள்ளிக்குச்செல்ல வாய்ப்புகள் இருக்கு மானால், எந்தவிதமான ஊக்கத்தொகையும் இல்லாமலே, தம் குழந்தைகளைப் பள்ளிக்கு அனுப்ப ஏழைப் பெற்றோர் எவ்வளவு ஆர்வத்துடன் உள்ளனர் என்பதை ஆதாரங்களுடன்

எம்விஎஃப் காட்டியிருக்கிறது. ஏழைப் பெற்றோர் தங்கள் குழந்தைகளை அனுப்புவதைத் தீர்மானிக்கும் அம்சங்களாக இருப்பவை—அக்குழந்தை செல்லும் வகையில் அருகில் பள்ளி இருக்கிறதா என்பதும், பெற்றோர் எழுதப் படிக்கத் தெரிந்தவர்களாக இருக்கிறார்களா–இல்லையா என்பதும். இந்த விஷயத்தில் செயல்படும் மற்றொரு முக்கிய அம்சம்—சமூகப் பாகுபாடுகள். ஆசிரியர்களும், சக மாணவர்களும் தம்மை இழிவாகப் பார்ப்பதாலும், பெஞ்சில் உட்கார அனுமதிக்காமல், தரையில் உட்காரச் சொல்வதாலும் தாம் பள்ளிக்குச் செல்லவில்லை என்று தாழ்த்தப்பட்ட சமூகக் குழந்தைகள் விளக்கமளித்துள்ளனர். அனைத்துக்கும் மேலாக, குழந்தைகள் பள்ளிக்குச் செல்லாமல் உழைப்பில் ஈடுபடுவது குறித்த சமுதாயத்தின் அக்கறையின்மை பெற்றோரை பெரிதும் உற்சாகமிழக்க வைத்துள்ளது.

'வறுமைவாதத்தில்' உள்ள பிரச்சினை என்னவென்றால், தம் குழந்தைகளின் எதிர்காலம் மீதோ, அவர்கள் வாழ்க்கை வளம் பெறவேண்டும் என்பது குறித்தோ பெற்றோருக்கு அக்கறை இருப்பதில்லை என்ற அனுமானத்தில் அமைந்த வாதம் அது. இது எந்தவிதத்திலும் ஏற்க இயலாத கருத்து, எதார்த்த நிலைக்கு நேர்மாறானது. தம் குழந்தைகளுக்கும் கல்வி கற்க வாய்ப்பு அளிக்கப்படுமானால், இரு கரங்களாலும் அதனை ஏற்க—அதனால் பொருளாதார இழப்பு ஏற்பட்டால் அதையும் சந்திக்க—பெற்றோர் தயாராக உள்ளனர். குழந்தை களைப் பள்ளிக்கு அனுப்புவதால் வருவாய் இழப்பு ஏற்படுமே எனத் தொடக்கத்தில் தயங்கிய பெற்றோர்கூட, பள்ளிக்குச் செல்லும் மற்ற குழந்தைகள் தன்னம்பிக்கையுடன் செயல் படுவதை, கல்வியால் அவர்கள் வாழ்க்கை மேம்படுவதைக் காணும்போது, தம் குழந்தைகளையும் பள்ளிக்கு அனுப்ப முன்வந்த அனுபவங்களைப் பல செயல்வீரர்கள் நினைவு கூர்ந்துள்ளனர். சில பெற்றோர் ஆடு மாடுகளை விற்றுக்கூட தம் குழந்தைகளை பள்ளியில் சேர்த்தனர்; வேறு சிலர் மதுப் பழக்கத்தைக் கைவிட்டு வேலைக்குச் செல்லத் தொடங்கினர். கல்வியில் மிகவும் பின்தங்கிய மாநிலங்களில் 'புரோப்' (Public Report on Basic Education in India, 1999) மேற்கொண்ட கணக்கெடுப்பில், தம் குழந்தைகள் கற்பது மிக அவசியம் என்று எண்ணும் பெற்றோர் விகிதாசாரம் மிக அதிகமாக இருந்தது

தெரியவந்தது. ஆண் குழந்தைகளின் கல்வி அவசியம் எனக் கூறிய பெற்றோர் 98%, பெண் குழந்தைகளுக்குக் கல்வி அவசியம் எனக் கூறிய பெற்றோர் 89%.

எனவே, தமது குழந்தைகளைப் பள்ளியில் சேர்க்க வேண்டுமென்றால், அதை எப்படிச் செய்வதென்று எழுத்தறிவற்ற பெற்றோருக்குத் தெரியாமல் இருப்பதே அவர்கள் பள்ளியில் சேர்க்காமல் இருப்பதற்குக் காரணமே தவிர, தம் குழந்தைகள் கல்வி கற்பதை அவர்கள் விரும்பவில்லை என்பது காரணமல்ல. தம் குழந்தையை எங்காவது ஓரிடத்தில் வேலைக்குச் சேர்ப்பது எவ்வாறு என்பது அவர்களுக்கு நன்றாகத் தெரியும். இருந்தபோதும், அவர்கள் ஒருமுறை இதை மீறிவிட்டால், தம் குழந்தைகள் கல்வி கற்பதில் மிகுந்த பெருமை கொள்வதுடன், அதற்குத் தேவையான தியாகங்களை ஏற்கவும் அவர்கள் தயாராக இருக்கிறார்கள்.

குழந்தையைப் பள்ளியில் சேர்க்கவேண்டும் என்றால் அதற்கான செயல்முறைகள் எவை, எவ்வாறு விண்ணப்பிக்க வேண்டும், பிறப்புச் சான்றிதழ், வருவாய் சான்றிதழ், சாதிச் சான்றிதழ் போன்ற அவசியமான ஆவணங்களை எவ்வாறு பெறுவது என்பன போன்ற நடைமுறைகள் கூட கல்வியறிவற்ற பெற்றோருக்குத் தெரியாது என்பதைப் பெரும்பாலோர் உணரவில்லை. எம்விஎஃப் செயல்வீரர்கள் இதை உணர்ந்து இத்தகைய விஷயங்களில் பெற்றோருக்கும் குழந்தைகளுக்கும் உதவுகிறார்கள். மேலும், கல்வி ஆண்டின் எந்த நாளானாலும் குழந்தைகளைச் சேர்த்துக் கொள்ள வேண்டும், வருகைச் சதவீதமும் முழுக் கல்வி ஆண்டையும் கணக்கில் எடுக்காமல் குழந்தை பள்ளியில் சேர்க்கப்பட்ட நாளை அடிப்படையாகக் கொண்டு கணக்கிடவேண்டும் என்று எம்விஎஃப் வலியுறுத்தியது; இதன் அடிப்படையில் அனைத்துப் பள்ளிகளுக்கும் ஆந்திர மாநில அரசு அரசாணை (No. 272/B4-1/2001 dated 20/4/2001) அனுப்பியது. தொடக்கக் கல்வியில் தேர்ச்சிபெற்ற குழந்தைகளை நடுநிலைப் பள்ளிகளில் சேர்ப்பது தற்போது தொடக்கப்பள்ளித் தலைமையாசிரியர்கள் பொறுப்பில் விடப்பட்டுள்ளது (பள்ளிக்கல்வி இயக்குநர் சுற்றறிக்கை எண் CDSE/E-1/2003 dated 15/4/2003). பள்ளிகளில் பெற்றோரும் தம்மை பங்காளர்களாகக் காணும்படி ஊக்கப்படுத்தப் படுகிறார்கள். ஒரு சிறிய தொகையை பள்ளிக்கு வழங்கச்

செய்வதன் மூலம் இத்தகைய ஈடுபாட்டு உணர்வு இன்னும் அதிகரிக்கிறது.

குழந்தைகளைப் பள்ளிக்கு அனுப்புவது தமது கடமை என்பதை பெற்றோர் ஏற்கச்செய்வது மிகவும் முக்கியமாகும் என்பதை ஜீன் டிரேஸ் மற்றும் அமர்தியா சென் கூறுகின்றனர். இதன் மூலம், தேவையான அனைத்துத் தியாங்களையும் செய்யத் தயாராகும் பெற்றோர், தம்மை பெருமைக்குரிய பெற்றோராகவும் உணர்கிறார்கள். வேலையில் இருந்து விலக்கப்பட்டு பள்ளிக்கு அனுப்பப்படும் குழந்தைகளும் தாம் மதிக்கப்படுகிறோம் என உணரத் தொடங்குவதுடன், தமது சுய கவுரவம் அதிகரிப்பதையும் உணர்கிறார்கள். அந்தக் குடும்பமும் மற்ற குடும்பங்களைப் போல இன்பதுன்பங்களை அனுபவிப்பதாக மாறுகிறது. அது மட்டுமல்லாமல், அக் குழந்தைக்கும் குழந்தைக்குரிய அனுபவங்கள் கிடைக்கின்றன. பள்ளியில் அவர்களுக்குக் கிடைத்த புதிய நண்பர்கள், பாடம், விளையாட்டுகள் குறித்துக் கேட்கும்போது அவர்கள் முகம் பிரகாசமடைகிறது. இந்தக் குழந்தைத் தன்மையை அவர்கள் காலம் கடந்து பெற்றிருக்கலாம், இருந்தாலும் கூட அது மதிப்பு மிக்கதாக இருக்கிறது.

எம்விஎஃப் தனது கொள்கைகளுக்கு மைரோன் வெய்னரின் சிந்தனைகளிலிருந்து ஊக்கம் பெற்றுள்ளது. அனைவருக்கும் கல்வி அளிப்பதற்கும், குழந்தை உழைப்பை அகற்றுவதற்கும் மக்கள் தொகை பெருக்கமும், வருவாய்க் குறைவும் பெரும் தடைக்கற்கள் என்னும் வாதங்களை வெய்னர் கடுமையாக விமர்சித்தவர். இந்தியாவில் கல்வியைக் கட்டாயமாக்குவதற்கு அரசிடமிருந்தோ, அரசியல் கட்சிகளிடமிருந்தோ சிறிதளவு அரசியல் ஆதரவுகூட கிடைக்காததுதான் பிரச்சினை என்பதே வெய்னர் பார்வையாகும்.

முறைசார் கல்வி கிராமப்புறத்துக்கு ஏற்புடையதல்ல என்ற மற்றொரு தவறான கருத்தையும் எம்விஎஃப் கேள்விக்கு உள்ளாக்கியது. ஏழைக் குழந்தைகள் தமது வேலைநேரம் மற்றும் தேவைகளுக்குப் பொருந்தாத அமைப்பு முறையைக் கொண்ட பள்ளிகளுக்குச் செல்வதைவிட, தமது சொந்த சமுதாயத்துக்குள்ளேயே பாரம்பரியத் திறன்களை (குலத் தொழில்கள்) கற்பதே சிறந்தது என்றுகூட சில நிபுணர்கள் வாதிடுகிறார்கள். மேலும், பள்ளிக் கல்வியைப் பெறுவதால்

அவர்களை அது வேலையில்லாதவர்களாக ஆக்கக்கூடும் என்றும் அவர்கள் கூறுகிறார்கள். எம்விஎஃப் இதற்கு நேர்மாறான நிலைபாட்டைக் கொண்டுள்ளது. பள்ளிக்கல்வி முறையில் எவ்வளவு பலவீனங்கள் இருந்தாலும்கூட, அனைத்துக் குழந்தைகளும் பள்ளிகளிலேயே இருக்க வேண்டும்; வேலைத் தளத்தில் அல்ல என்ற நிலையை அடைவதற்கு தற்போதுள்ள ஒரே அமைப்பு பள்ளிகள்தான் என்று எம்விஎஃப் உறுதியாகக் கூறுகிறது. உழைக்கும் குழந்தைகளுக்கும் வாய்ப்பளிக்கும் வகையில் பள்ளி நேரம் மாற்றியமைக்கப்பட வேண்டும் என்று அவ்வப்போது வாதிடப்படுகிறது. ஆனால் எம்விஎஃப்-இன் கருத்துப்படி, மிகவும் கறாரான பள்ளிவேலைநேரமே படிக்கும் குழந்தைகள் வேலைக்கு அனுப்பப்படுவதை தடுப்பதற்குச் சிறந்தது.

தொழில்கல்வி ஒரு குழந்தைக்கு நீண்டகால நோக்கில் வெற்றிவாய்ப்புகளைத் தேர்வு செய்வதற்கான வாய்ப்புகளை வழங்காது என்பதை எம்விஎஃப் ஊழியர்கள் சுட்டிக் காட்டுகிறார்கள். கீழ் நிலைச் சாதிக்குழந்தைகள் சமூகத்தில் தமது நிலைக்கேற்ற தொழிற்கல்வி நிலையங்களிலும், தம் சாதியின் பாரம்பரியத் தொழில் சார்ந்த பயிற்சிகளிலும் சேர வேண்டும் என்ற கருத்தாக்கத்தில் தீவிரமான வகுப்புப் பாகுபாடு உள்ளது. இவை இரண்டுமே தாழ்த்தப்பட்ட, பழங்குடியின குழந்தைகளுக்குக் கிடைக்கும் வாய்ப்புகளைக் கட்டுப்படுத்தக்கூடியவை; சமூக சாதிக் கட்டுமானங்களை உடைப்பதற்குப் பதிலாக அவற்றை வளர்ப்பவை. குழந்தைகள் தமது எதிர்காலத்தைத் தீர்மானிக்கும் அளவுக்கு முதிர்ச்சி பெறும்போது அவர்கள் தமக்கான தொழிலைத் தேர்வு செய்ய வேண்டுமானால் சமவாய்ப்புகள் முக்கியம் ஆகும்.

இந்தியாவில் வறட்சி பாதித்த மாவட்டங்களில் வாழும் மக்களின் உண்மைக்கதைகள் குறித்து பி. சாய்நாத் எழுதியுள்ள Everybody Loves a Good Drought என்ற நூலில் இதே கருத்தைக் கூறுகிறார். இந்த அரசு தமது கடமைகளையெல்லாம் குழந்தைகள் மீது சுமத்தியதன் விளைவுதான் (நம் சமகாலத்தின் மிகப் பெரிய ஊழலான) முறைசாராக் கல்வியாகும் என்று பத்திரிகையாளர் சாய்நாத் குறிப்பிடுகிறார். பயிற்சிபெற்ற ஆசிரியர்கள் இடத்தில் வெறும் பயிற்றாளர்கள் அமர்ந்தனர். பள்ளிகள் வசதிகளற்ற மையங்களாயின. நடைமுறையில்

பள்ளிநேரம் 2 மணிநேரத்திலிருந்து பூஜ்யம் ஆனது என்று குறிப்பிடும் அவர், “முறைசாராக் கல்விமுறை தெளிவாக சாதி அமைப்பை கல்விக்குள் கொண்டுவந்தது. ஏழைகளுக்கு ஒரு வகைப் பள்ளிகள், பணக்காரர்களுக்கு ஒரு வகைப் பள்ளிகள் என்ற முறையை உருவாக்கியது. ... இது மிகவும் லாபகரமான ஊழல். கல்வியை ஏழைகளுக்குக் கொண்டுசெல்கிறோம் எனக் கூறிக்கொண்டு மொத்தக்கூட்டமும் பலகோடி ரூபாய் லாபம் பெற்றுள்ளது. இதன் விளைவு: பூஜ்யம். முறைசாராக் கல்விதான் மிகவும் சிறந்தது, மறுமலர்ச்சிக் கருத்து என்றால் நாட்டின் பள்ளிகள் அனைத்தையும் மூடிவிட்டு அனைத்துக் குழந்தைகளையும் முறைசாராக் கல்விமுறையில் ஏன் சேர்க்கக் கூடாது?” என்று கேள்வி எழுப்புகிறார் (பக். 51-52).

குழந்தை உழைப்பு என்பது கிராமப்பகுதியின் தவிர்க்க முடியாத அங்கம் என்பதை எம்விஎஃப் அணுகுமுறை ஏற்கவில்லை. பெற்றோர் தம் குழந்தைகளை உழைப்பிலிருந்து விலக்கிக் கொள்வதற்காகவும், அதனால் ஏற்படும் வருவாய் இழப்பை ஈடுகட்டுவதிலும் எம்விஎஃப் இறங்கியதில்லை. பரம ஏழைகளும் தம்மால் இயன்றால் குழந்தைகளைப் பள்ளிக்கு அனுப்புவார்கள் என்று எம்விஎஃப் நிரூபித்துக் காட்டியது. முன்னர், தமது குழந்தைகளைப் பள்ளிக்கு அனுப்ப வேண்டும் என பெற்றோரிடம் பிரசாரம் செய்தது எம்விஎஃப்; இன்று அந்தப் பெற்றோர் தாமே முன்வந்து குழந்தைகளை தொண்டர் களிடம் விட்டுச் செல்கிறார்கள் என்றால் எம்விஎஃப் எந்த அளவுக்கு வெற்றி கண்டுள்ளது என்பதை அறியலாம். இத்தொண்டர்கள் இரவல் பெற்றோராகச் செயல்பட்டு, குழந்தைகளைப் பள்ளி அல்லது விடுதிகளில் சேர்ப்பதற்கு பொறுப்பேற்கிறார்கள். பல நேரங்களில் குழந்தைகளின் பொறுப்பாளர்களாகவும் செயல் படுகிறார்கள்!

எம்விஎஃப் கண்ணோட்டத்தில் இரண்டு முக்கிய அம்சங்கள் உள்ளன: குழந்தை உழைப்புக்கும் கல்விக்கும் உள்ள உறவு பற்றிய புரிதல்; மற்றும் அவர்களைத் திரட்டுவதற்கான செயல்திட்டம். எம்விஎஃப் செயல்வீரர்கள் முன்னுள்ள கேள்வி: ‘குழந்தைகள் உழைக்கக்கூடாது என்றால், அவர்கள் எங்கு இருக்க வேண்டும்?’ இதற்கான பதில்: ‘பள்ளியில்’. மேற்கத்திய நாடுகளில் பின்பற்றப்படும் வளமையான பழக்கம் இதுதான். ஆனால், இந்தியாவில் தொழிற்சாலைகளில் விலக்கி

வைக்கப்படும் சிறார்கள் கிராமப்புற வயல்களில் வேலை செய்ய அனுமதிக்கப்படுகிறார்கள் என்பது முரண்நகை ஆகும். குழந்தைகள் பள்ளியில்தான் இருக்க வேண்டும் என்ற விதி முறையில் இந்தியா அக்கறை கொள்வதில்லை. ஒரு குழந்தை பள்ளிக்குச் செல்லவில்லை என்றால் அது மக்களையும் அதிர்ச்சியடையச் செய்வதில்லை. குழந்தைகளைப் பள்ளிக்குச் செல்ல வைப்பதில் ஊக்குவிக்கும் அம்சங்கள் குறித்த கருத்துக் கணிப்பை எம்விஎஃப் 1997இல் மேற்கொண்டது. இதில் பெறப்பட்ட முடிவு—வறுமை இருந்தபோதும், பொருளாதாரம் சாராத காரணங்களுக்காகவே குழந்தைகள் பள்ளிக்கு செல்கிறார்கள் என்பதாகும். கல்வி கற்கும் உரிமைக்கு ஆதரவான சூழ்நிலை, பெற்றோரிடம் விழிப்புணர்வு, நல்ல ஆசிரியர்கள் போன்றவை முக்கிய அம்சங்களாக உள்ளன. முறைசாராக் கல்வியைப் பொருத்தவரை கல்வி, உழைப்பு என இரட்டைச் சுமைகளை குழந்தைகள் தாங்கவேண்டியுள்ளதை எம்விஎஃப் செயல்வீரர்கள் கண்டனர்.

எம்விஎஃப்-இன் பிரதான முதல் அக்கறை கொத்தடிமைத் தொழிலாளர்கள் ஆவர். குறிப்பாக இது மிகவும் சவாலான பணியாகும். முதலாளிகளின் எதிர்ப்பைச் சமாளிப்பதோடு மட்டுமல்லாமல், குழந்தைகளைக் கொத்தடிமைகளாக விடுவதற்காக முன்பணம் பெற்ற பெற்றோரிடம் இருந்தும் ஆதரவு கிடைக்காது. கொத்தடிமைமுறை மோசமாக உள்ள சமுதாயத்தில் விழிப்புணர்வு ஏற்படுத்த எம்விஎஃப் கடுமையாக உழைக்கவேண்டியிருந்தது; இல்லையேல், குழந்தைகளின் ஒரு பகுதி கொத்தடிமை முறையிலிருந்து விடுவிக்கப்படும், மற்றொரு பகுதி புதிய கொத்தடிமைகளாக உருவாகும்.

கொத்தடிமைக் குழந்தைகள் விடுவிக்கப்பட்டுப் பள்ளி களில் சேர்க்கப்படுவதைக் கேள்வியுற்று வீடுகளிலும், வயல் களிலும் வேலை செய்யும் குழந்தைகள் தாமும் பள்ளிக்குச் செல்ல வாய்ப்பு வேண்டும் என்று கோரினார்கள். இதிலிருந்து, பள்ளிக்குச்செல்லாத அனைத்துக்குழந்தைகளுமே குழந்தைத் தொழிலாளர்கள் என்ற முடிவுக்கு எம்விஎஃப் வந்தது: அதன் இலக்கு கொத்தடிமைத் தொழிலாளர்கள் மட்டுமல்ல, பள்ளி செல்லாத அனைத்துக்குழந்தைகளையும்—குறிப்பாக பெண் குழந்தைகளையும் ஒருங்கிணைக்க முயற்சிக்க வேண்டும் என

முடிவு செய்தது. குழந்தை உழைப்பு பற்றிய வரையறை விரிவு பெற்றதும், அனைத்து வகுப்புகள், சாதிகளையும் உள்ளடக்கிய அனைவருக்கும் கல்வி அளிக்கும் ஒரே கொள்கையை சமூக விதியாகக் கட்டமைக்க முடியும்.

முன்னதாக, எம்விஎஃப் செயல்படாத கிராமங்களிலிருந்தும் குழந்தைகள் எம்விஎஃப் முகாம்களுக்கு வருவதை ஊழியர்கள் கண்டனர். கல்விக்கு ஏற்கெனவே தேவை உள்ளது என்பதை இது உணர்த்தியது. பள்ளிப் பிரச்சினையைக் கொண்டுவருவதற்கு முன், நம்பிக்கை ஏற்படுத்த இட வசதி, கடன்சுமை போன்ற பொருளாதாரப் பிரச்சினைகளைத் தீர்க்க வேண்டும் என்ற மறைமுக அணுகுமுறையை இது தேவையில்லாமல் செய்தது. குழந்தைத் தொழிலாளர் குறித்த விழிப்புணர்வை மக்கள் மத்தியில் ஏற்படுத்தும் நேரடியான அணுகுமுறையை எம்விஎஃப் உருவாக்கியது.

எம்விஎஃப் பணிகளின்போது அதன்முன் எழுந்த கேள்வி, அரசுசாரா அமைப்புகளுக்கும் அரசு நிறுவனங்களுக்கும் இடையிலான உறவை வரையறை செய்வது எவ்வாறு என்பதுதான். புதிய அமைப்புகளை உருவாக்குவதைவிட ஏற்கெனவே உள்ள அமைப்புகளை அணுகும் வாய்ப்புகள் வேண்டும் என்பதுதான் எம்விஎஃப்-இன் அணுகுமுறையாக இருந்தது. ஒரு அரசு, மக்கள்நல அரசாகப் பார்க்கப்பட்டபோது, ஏழைமக்கள் தம் கோரிக்கைகளுக்காக அணிதிரட்டப்பட்டால், அரசு அந்த ஏழைமக்கள் கோரிக்கைகளுக்கு செவிசாய்க்கும். இதில் அரசுக்கும் சமுதாயத்துக்கும் இணைப்பு ஏற்படுத்தும் பங்கினை எம்விஎஃப் ஆற்றியது. அரசு என்பது மக்கள் நிறுவனம்; எனவே, ஆட்சி அமைப்புக்குள் ஏழை மக்களின் போராட்டங்களுக்கான வெளியை உருவாக்க வேண்டும் என்பதுதான் இதன் புரிதல் ஆகும். அரசு அனைவருக்குமானது என்ற நம்பிக்கையில் இருந்து இது உருவானது. எனவே, ஆளும் மேட்டுக்குடியினரின் ஆதிக்கம் அசைக்கப்பட வேண்டியுள்ளது.

இயக்க அமைப்பாளர்களிடம் மார்க்சியம், காந்தியம் இரண்டுமே முதன்மையான செல்வாக்கினைச் செலுத்தியுள்ளன. மார்க்சியக் கண்ணோட்டம் கொண்ட ஊழியர்களின் மையக்கருத்தின் விளைவாக, தொடக்கத்தில் விவசாயத் தொழிலாளர்கள் முதல் இலக்காகத் தேர்வு

செய்யப்பட்டனர். இருந்தபோதும், ஆந்திரப் பிரதேச மாநிலத்தின் மாவோயிஸ்ட் இயக்கத்தை உன்னிப்பாகக் கவனிக்கும்போது, அதன் வன்முறை வழியில் பிரச்சினைகள் உள்ளன. எம்விஎஃப் செயலாளர் பேராசிரியர் சாந்தா சின்ஹாவின் அறிவியக்கப் பயணம் மாவோயிசத்திலும், அதன் வன்முறைப்பாதையிலும்தான் தொடங்கியது. வாய்மொழி வரலாற்றுக்குழுத் திட்டத்துக்காக, இந்திய தேசிய இயக்கத்தினரை நேர்காணல் செய்ய நேர்ந்தபோது அவர்களோடு உரையாடியதன் விளைவாக காந்தியத்தின் செல்வாக்கால் ஈர்க்கப்பட்டார். எம்விஎஃப் ஆதரவோடு எழுந்த இயக்கம் தேசிய விடுதலை இயக்கப் போராட்டத்தின் பாதையில் மேலும் வலுவடைந்தது. தேசிய விடுதலைக்காக எந்தத் தியாகத்துக்கும் தயாராக இருந்த மக்கள், விடுதலை இயக்கத்தினரின்—குறிப்பாக பெண்களின்—அசாத்திய தைரியம் போன்ற அம்சங்கள் எம்விஎஃப் செயல் வீரர்களிடம் செல்வாக்கு செலுத்தின.

சுரண்டப்படும் ஒரு குழுவினரின் உரிமைகளுக்கான போராட்டத்தில் மோதல்வழியைக் கடைபிடிக்கும்போது, சுரண்டுவோரும் அதே கிராமத்தவராக இருப்பதால், கிராம சமுதாயத்திற்குள் ஒரு வேண்டாத கசப்புணர்வு ஏற்படுவதை எம்விஎஃப் தொண்டர்கள் விரைவிலேயே உணர்ந்தனர். மோதல்கள் என்பது சதி நடவடிக்கைகளையும் உள்ளடக்கியே இருக்கும். தாழ்த்தப்பட்டோர் மயானங்களில் நள்ளிரவில் கூட்டங்கள் நடத்தப்பட வேண்டியிருந்தன. மோதல் பாதையால் வன்முறையும், எதிர் வன்முறையும் உருவாயின. தாழ்த்தப்பட்டோர் குடியிருப்புகள் தாக்கப்பட்டன, தாழ்த்தப் பட்ட மக்கள் அடித்து நொறுக்கப்பட்டனர், அவர்களின் குழந்தைகள் வீடுகளிலிருந்து தூக்கிவீசப்பட்டனர்.

இதுதான் சிக்கலாகவும், திருப்புமுனையாகவும் அமைந்தது. சமூகத்தில் நிலவும் சமத்துவமின்மை தொடர்பாக ஒரு பொதுக்கூட்டத்தில் உரையாற்ற தலித் தலைவர்களை எம்விஎஃப் கொண்டு வந்தது. உயர்சாதி அதிகாரத்திற்கு எதிராகத் தலித் அதிகாரத்தை முன்னிறுத்துவதுதான் நோக்கம். இருந்தபோதும் இதனால் வன்முறைதான் மேலிட்டதே தவிர, மோதல் குறையவில்லை. நீண்டகாலக் கண்ணோட்டத்தில் சமூக மாற்றத்தைக் கட்டமைப்பது மற்றும் விழிப்புணர்வு

ஏற்படுத்துவதில் சாதிய அரசியல் வரம்புக்குட்பட்டதாக இருக்கிறது. விடுவிக்கப்பட வேண்டிய கொத்தடிமைத் தொழிலாளர்கள், அதற்காகப் பணியாற்றும் தொண்டர்கள் என இரு தரப்பினரும் தாழ்த்தப்பட்ட வகுப்பைச் சேர்ந்தவர் களாக அமையும் பட்சத்தில் சாதிய அரசியல் தூண்டப்படும் அபாயம் எப்போதும் உள்ளது.

இயக்கத்தின் ஆரம்ப ஆண்டுகளில் தாழ்த்தப்பட்ட மக்களைத் திரட்டுவதிலும் அவர்களிடையே விழிப்புணர்வு ஏற்படுத்துவதிலும் எம்விஎஃப் தொண்டர்கள் முனைப்புக் காட்டினர். இன்று இத்தொண்டர்கள் தமது பணிகளில் உயர் சாதியினரின் உணர்வுகளைப் பாதிக்காதபடியும், எந்த மோதலும் எழாதபடியும் கவனமாகப் பணியாற்றுகின்றனர். ஆரம்பகட்டத்தில் இருந்த நிலைமைக்கு நேர்மாறாக, இன்று தாழ்த்தப்பட்ட சமூகத்தைச் சேர்ந்த சுகாதாரத் தொண்டர்கள் மேல்சாதியினர் வீடுகளுக்குள் நுழைகின்றனர், கருவுற்ற பெண்களுக்கோ, புதிதாகப் பிறந்த சிசுவுக்கோ உதவுகின்றனர். நடப்பிலிருந்த சாதிஅமைப்பு முறையின் பாகுபாடுகளால் தொண்டர்கள் அதீதஉணர்ச்சி கொள்ளவில்லை என்பதற்கும், குழந்தைகளின் உரிமைப் பிரச்சினைகளில் முழு கிராம சமூகத்தையும் திரட்டினர் என்பதற்குமான பெருமை இயக்கத் தொண்டர்களையே சாரும்.

குழந்தைகளின் உரிமைகள் என்னும் பிரச்சினை, அனை வராலும் ஒப்புக்கொள்ளக்கூடிய, ஒத்த கருத்தை எட்டக்கூடிய ஒரு பிரச்சினையாகும். இதுதான் தலித் தலைவர்களும் இந்தியக் கம்யூனிஸ்ட் கட்சியின் (மார்க்சிஸ்ட்-லெனினிஸ்ட்) குழுக்களும் எம்விஎஃப் திட்டங்களுக்கு ஆதரவளிக்க வைத்தது. கல்விப் பிரச்சினை என்னும் களத்தில் அரசியல் இருக்காது என்பதில் கருத்தொற்றுமையை எம்விஎஃப் ஏற்படுத்த முடிந்தது. பெரும்பான்மை ஆதரவு இல்லாத பிரச்சினைகள் படிப்படியாகத் தவிர்க்கப்பட்டு, சமூகத்தின் அனைத்துப் பிரிவினரின் ஆதரவினையும் பெறக்கூடிய பிரச்சினைகள் மட்டும் கையில் எடுக்கப்பட்டன. சமூகத்தின் அனைத்துக் குழுக்களின் ஆதரவையும் பெற முயற்சிகள் மேற் கொள்ளப்படுகின்றன. தனிநபர்வாதம் (தான், தன் குடும்பம், தன் பிள்ளை) தீவிரமடைந்திருக்கிற, சாதி-மதம்-இனம் என்ற பெயரால் ஆதரவு திரட்டப்படுகிற, அல்லது பொருளாதாரக்

காரணங்களால் உழைப்பாளி வர்க்கமும் குழுக்களாக தமக்குள் மோதிக் கொண்டிருக்கிற இன்றைய காலத்தில் ஒட்டுமொத்த கிராம சமுதாயம் என்ற உணர்வை நிலைநாட்டியது பெருத்த வெற்றியாகும்.

3

குழந்தைகளுக்கு ஆதரவான நிலைபாடு

எம்விஎஃப் செயல்வீரர்கள் மத்தியில் மிகுந்த உத்வேகத்துடன் செயல்திட்டங்கள் விவாதிக்கப்படுகின்றன. பொதுவாக இதில் மிகவும் புனிதமானது அல்லது மற்றவற்றைவிடச் சிறந்தது என்று கூறத்தக்க நுட்பம் என்று எதுவும் கிடையாது. இன்று ஏற்றுக்கொள்ளப்பட்டுள்ள செயல்திட்டங்கள் அனைத்தும் சோதனைகள்-படிப்பினைகள்-திருத்தங்கள் (trial and error) என்ற அடிப்படையில் உருவாக்கப்பட்டவை. எம்விஎஃப் வகுத்த செயல்திட்டத்தை உள்ளூர்த் தொண்டர்கள் நடைமுறைப்படுத்துவது மட்டும்தானே தொண்டர்களின் பணி என்று நான் கூறியது கேட்டு ஒரு அமைப்பின் பொறுப்பாளர்—'இந்தி பிக்ஷாபதி' என்று அறியப்படுபவர்—சிரித்து விட்டார். அவர் தனது பணியை ஸ்கூட்டர் ஓட்டுவதுடன் ஒப்பிட்டார். வேகத்தடை வரும்போது மெதுவாக ஓட்டுகிறீர்கள், விபத்து நேராமல் கவனமாகத் தவிர்க்கிறீர்கள், ஆளற்ற சாலையில் வேகமாக ஓட்டுகிறீர்கள், மற்ற நேரங்களில் மெதுவாகச் செல்கிறீர்கள். எப்படியாவது இறுதியை எட்ட வேண்டும் என்பதுதான் இலக்கு—இறுதி இலக்கை எட்டுவதற்காக அனைத்து நீக்குப்போக்குகளையும் கடைபிடிக்கிறோம். குறிப்பிட்ட நுட்பம் எதுவும் கிடையாது.

தொடக்க ஆண்டுகளில் கொத்தடிமை உழைப்புக்கு எதிரான செயல்பாட்டாளர்கள் சந்தித்த கேள்விகள்: கிராமங்களில் ஏற்படும் பதற்றத்தை எவ்வாறு தணிப்பது? எதிர்ப்புக் காட்டுகிற நில உடைமையாளர்களை எவ்வாறு ஆதரவாளர்களாக மாற்றுவது? கொத்தடிமை உழைப்பு சட்டபூர்வமானதுதான் என்று கிராம சமுதாயத்தினர் தவறாகப் புரிந்துகொண்டுள்ளனர் என்பதை அவர்களுக்குப் புரிய வைப்பது எப்படி?

குழந்தைகளுக்கு ஆதரவான நிலைபாடு

கொத்தடிமைக் குழந்தைகளை பண்ணையார்கள் விடுவிக்கச் செய்வதில் அவர்களைச் சமாளித்து, சமாதானம் செய்து, அவர்களது வெறுப்பை வெற்றிகொள்ளும் வழிகளைச் சிந்திக்கும்போது, அதற்காக அவர்களுக்கு பாராட்டுவிழா எடுப்பது சிறந்த வழி என்று தோன்றியது. குறிப்பிட்ட ஒரு பண்ணையார், குறிப்பிட்ட நாளில் கல்வி தானம் செய்கிறார்; அதையொட்டி அதே தினத்தில் கிராம சமுதாயம் சார்பில் பாராட்டு விழா எடுக்கப்படுகிறது என்று உள்ளூர் இதழ்களில் செய்தி வெளியிடுவதே அந்த வழியாகும். ஒரு விலை உயர்ந்த சொத்தினை—அதாவது ஒரு கொத்தடிமை உழைப்பாளியை இழப்பதால் ஏற்படும் பெரும் அதிர்ச்சியை இது ஓரளவு கட்டுப்படுத்தும்.

கோவ்குண்ட்லாவைச் சேர்ந்த யாடையா, தனது கிராமத்தில் மிகவும் சக்தி வாய்ந்த பண்ணையார்களிடமிருந்து பள்ளி செல்லாக் குழந்தைகள் 49 பேரை எவ்வாறு மீட்டார் என்பதை விளக்கினார். கிராமத்தில் ஆதிக்க சாதியான ரெட்டியார்களில் முன்னாள் உள்துறை அமைச்சரும் ஒருவர். ஒரு நற்காரியத்துக்கு அவர்கள் ஒத்துழைத்தால் அவர்களுடைய கௌரவம் அதிகரிக்கும் என்ற தூண்டில் பயன் தரவில்லை. எதிர்பாராமல் ஒரு யோசனை வந்தது—எம்விஎஃப் கூட்டங்களுக்கு கிராமத் தலைவரை அழைப்பதும், அவரை இயக்க ஆதரவுப் பொறுப்பாளராக அறிவிப்பதும் சூழலை மாற்றி விட்டது.

செவல்லா மண்டல், அந்தாராம் கிராமத்திலிருந்து வந்த எம்விஎஃப் செயல்வீரர் பிக்‌ஷாபதி, தனது கிராமத்தில் மூன்று குழந்தைகளைக் கொத்தடிமைகளாக வைத்திருந்த பண்ணையார் ஈஸ்வரையா கவுடை வென்றெடுப்பதற்கு அனைத்து வழிகளையும் கையாண்டார். ரூ. 25,000 அபராதம் கட்ட நேரிடும் என்ற மிரட்டலும்கூட பண்ணையாரை அசைக்கவில்லை. இறுதியாக, தனது பிரசாரத்துக்கு ஆதரவாக இளைஞர்களைத் திரட்டி, அவர்களின் துணையுடன் மூன்று சிறார்களையும் விடுவித்தார். அவர்களில் இருவர் முகாமில் சேர்ந்தனர். பண்ணையாரின் சகோதரரான காவல்துறை துணை ஆய்வாளரும் கொத்தடிமைகளை விடுவிப்பதையே விரும்புகிறார் என்று கவுடாவிடம் கூறி சமாதானம் செய்தனர். பிறகு அவர் இறங்கி வந்தார். வெளிப்பார்வைக்கு,

பண்ணையார் தானே முன்வந்து விடுவிப்பதாகக் காட்டப் பட்டது. அவர் பள்ளிக் கல்விக் குழுத் தலைவராகவும் நியமிக்கப்பட்டார்.

மார்பள்ளி மண்டல் கொத்லாபூர் கிராம அமைப்பாளர் ராமுலு அங்குள்ள கொத்லா மல்லா ரெட்டி, ரமேஷ் எனும் இரண்டு பண்ணையாளர்களை அணுகி அமைச்சர் கலந்து கொண்ட பொது நிகழ்ச்சியில் அவர்கள் வெளிப்படையாக கொத்தடிமைகளை விடுவிக்கும்படிச் செய்தார். அமைச்சர் சந்திரசேகர் முன்னிலையில் இவ்வாறு செய்வதால் தமது மதிப்பு உயரும், இதனால் பலன் கிடைக்கும் என்று அவர்கள் எண்ணினர்.

சங்கர்பள்ளி மண்டலில் நான் களஆய்வுக்குப் பயணம் செய்தபோது, கொண்டகால் கிராமத்தில் மனம்திருந்திய மூன்று நில உடமையாளர்கள் அறிமுகப்படுத்தப்பட்டனர்: நரசிம்ம ரெட்டி, புபால் ரெட்டி, லக்ஷ்மா ரெட்டி ஆகிய மூவரும் இன்று எம்விஎஃப் இயக்கத்தின் தீவிர ஆதரவாளர்கள். அவர்களில் ஒருவர், முன்பு எம்விஎஃப் மூத்த தொண்டர் ஜனார்த்தனன் என்பவரை அடித்தவராம். மலிவான கொத்தடிமைகள் கிடைக்காததால் மிகவும் லாபகரமாக ஓடிய தனது பால் பண்ணையை தொடர்ந்து நடத்த முடியாமல் மூடிவிட நேர்ந்த புபால் ரெட்டி, தொழிற்சாலையில் வேலைக்குச் சேர்ந்தார். நரசிம்ம ரெட்டி ஒரு பழங்குடியினச் சிறுவனை இடையராக வேலைவாங்கியவர். அவர் பள்ளியின் பெற்றோர்-ஆசிரியர் சங்கத் தலைவராகவும் இருந்துள்ளார். அவர் தம்மிடம் வேலைக்கு வைத்துள்ள அச் சிறுவனை விடுவித்து முன்னுதாரணமாகத் திகழவேண்டும் என்று எம்விஎஃப் செயல்வீரர்கள் வலியுறுத்தி ஏற்கச் செய்தனர். முதலில், அதற்கு இழப்பீடாக பெற்றோர் ரூ. 1,500 தரவேண்டும் எனக் கோரியுள்ளார் அவர். ஆனால், சிறுவன் விடுவிக்கப் பட்ட பின்னர் அவர் அதனை வலியுறுத்தவில்லை.

கொத்தடிமைக்கு எதிரான பிரச்சாரத்தில் சில நேரங்களில் எம்விஎஃப் செயல்வீரர்கள் மிகச் சிக்கலான சூழ்நிலைகளை சந்திக்க நேர்ந்துள்ளது. ரங்கா ரெட்டி மாவட்டம், பெத்தமுல் மண்டல், புத்தாராம் கிராமத்தின் வெங்கடய்யா அக்கிராமத்தில் சிறாரை கொத்தடிமைகளாக வைத்துள்ள படேல்களிடம் சிறுவர்களை விடுவிக்கும்படி

வலியுறுத்தியுள்ளார். இதற்குப் பலன் இல்லாமல் போகவே, மண்டல வருவாய் அதிகாரியைக் கொண்டு அது ஒரு குற்றம் என எச்சரிக்கச் செய்தார். இதுவும் பயன் தரவில்லை. ஒரு நாள் வயலில் பூச்சி மருந்து தெளித்த ஒரு சிறுவன், கைகளைக் கழுவாமல் நீர் குடித்ததால் மயங்கி விழுந்துவிட்டான். வெங்கடய்யா உடனயாக அச் சிறுவனுக்கு சிகிச்சை அளிக்க ஏற்பாடு செய்தார். அச் சிறுவனின் வயிற்றுக்குள் இருந்ததை வெளியேற்றி, குளுகோஸ் ஏற்றப்பட்டு, ஹைதராபாத் மருத்துவ மனைக்கு கொண்டுசெல்லப்பட்டான். பயந்து போன படேல், தன்னிடமிருந்த 7 கொத்தடிமைச் சிறுவர்களையும் விடுவித்தார். அவர்கள் பாலம் வகுப்பில் சேர்க்கப்பட்டனர். இதற்காக வெங்கடய்யாவை பாராட்டி மாவட்ட ஆட்சியர் 200 ரூபாய் பரிசு வழங்கினார்.

பஷீராபாத் மண்டல் குழந்தைத் தொழிலாளர் விடுதலைக்கான ஆசிரியர் அமைப்பின் தீவிர உறுப்பினரும் போஜ்யனாய தண்டா தலைமை ஆசிரியருமான சீனிவாசன், இந்திரஜா என்ற சிறுமியின் கதையைக் கூறினார். குடிகாரத் தந்தை, அந்தச் சிறுமியை ரயில்நிலையத்தில் பிச்சையெடுக்கச் செய்து அப்பணத்தில் குடித்து வந்துள்ளார். அந்தச் சிறுமிக்கு அறிவுரை கூறி, பழங்குடியின மாணவியர் விடுதியில் சேர்க்கப் பட்டாள். ஆனால், தனது மகள் கடத்தப்பட்டதாக அவர் காவல்நிலையத்தில் புகார் செய்தார். பின்னர், எம்விஎஃப் செயல்வீரர் காவல்துறையிடம் முழுக்கதையையும் கூறிய பிறகு காவல்துறை தந்தையை எச்சரித்து அனுப்பியது. அதைத் தொடர்ந்து, இந்திரஜாவை எம்விஎஃப் தொண்டர்களிடம் ஒப்படைத்தார் அவளுடைய தந்தை.

இதுபோன்ற கடுமையான சூழ்நிலைகளைச் சந்திக்கும் போதும் எம்விஎஃப் தொண்டர்கள் வெற்றியடைவது அவர்களது சமயோசிதமான அறிவாற்றலால்தான். மார்பள்ளி மண்டல் பட்லூர் கிராமத்தில் வேலைப்பளு காரணமாக ஒரு சிறுவன் உயிரிழந்தான். அவனுடன் அதேபோலப் பணியாற்றிய மற்றொரு சிறுவனை எம்விஎஃப் செயல் பாட்டாளர் ராஜு மீட்க முனைந்தார். இதற்காக பண்ணையாரால் அவர் தாக்கப்பட்டது மட்டுமின்றி, அச்சிறுவனுக்காக வாங்கிய முன்பணத்தைத் திருப்பிக்கட்ட வேண்டும் என்றும் மிரட்டினார். இதையும் மீறி, ராஜு

அச்சிறுவனை சமாதானம் செய்து முகாமுக்கு அழைத்து வந்தார். அங்கு அவனை அழைக்கவந்த அவனது தந்தையிடம் அச் சிறுவனுடன் பணியாற்றிய மற்றொரு சிறுவன் அதிக வேலை காரணமாக உயிரிழந்தது பற்றி விளக்கப்பட்டது. இத்துடன், அப்பண்ணையார் பறித்துச் சென்ற ஒரு மாட்டையும் மீட்டு, பெற்றோர் செலுத்திய முன்பணத்தையும் திரும்பக்கொடுக்கும்படி செய்தார்.

விடுவிக்கப்பட்ட கொத்தடிமைகளின் பெற்றோர், குழந்தைகளுக்காகப் பண்ணையாரிடமிருந்து பெற்ற பணத்தைத் திருப்பிக் கொடுக்க வேண்டுமா வேண்டாமா என்ற பிரச்சினை ஒரு சிக்கலான பிரச்சினை ஆகும். பண்ணையார்களிலும் சிலர் சிறு விவசாயிகள்; அவர்களும் கடன் வாங்கித்தான் பெற்றோருக்கு அளித்திருப்பார்கள். எனவே, அந்தக் கடனைத் தள்ளுபடி செய்வது இயலாது. மறுபக்கத்தில், பணத்தைத் திருப்பித் தரும் நிலையில் பெற்றோரும் இருப்பதில்லை. இதனால், தமது குழந்தைகள் விடுவிக்கப்பட வேண்டும் என்ற கருத்தை அவர்கள் ஆதரிப்பதில்லை. ஒரு சமயத்தில், கொத்தடிமையாக உள்ள குழந்தையே மண்டல வருவாய் அலுவலருக்கு நேரடியாக புகார் கடிதம் எழுதும்படி எம்விஎஃப் ஊழியர்கள் ஏற்பாடு செய்தனர். குழந்தை மற்றும் பெற்றோர் மீது எந்த மிரட்டலும் கூடாது என அவர் பண்ணையார்களுக்கு உத்தரவிட்டார். மற்ற சில பிரச்சினைகளில் விடுவிக்கப்பட வேண்டிய குழந்தையின் பெற்றோர் நிலம், அல்லது கால்நடை வாங்க, கிணறு தோண்ட, பம்ப்செட் வைக்க கடனுதவிக்கு ஏற்பாடு செய்யப்பட்டது.

குழந்தை உழைப்புக்கு எதிரான பிரச்சார அணி திரட்டலில் குழந்தைகளை ஈடுபடுத்துவது சரியா என்று ஒரு செயல்வீரர் ஒருமுறை கேள்வி எழுப்பினார். இவ்வாறு ஒரு பிரச்சார ஊழியராக ஒரு சிறார் மாற்றப்படுவதால் அவரது குழந்தைப் பருவம் தடைபடுவதில்லையா? சக குழந்தை, சக நண்பர்களில் ஒருவன் கொத்தடிமையாகவோ, குழந்தைத் திருமணத்துக்கோ ஆளாவதிலிருந்து தடுக்கப்படுவதற்கு அக் குழந்தை உதவி செய்கிறது, எனவே அது சரியானதுதான் என்று மற்றோர் செயல்வீரர் விளக்கமளித்தார். பள்ளிக்கூட வசதிக் குறைவுகள், ஆசிரியர் பற்றாக்குறை, கழிப்பிட வசதியின்மை போன்ற பிரச்சினைகளையும் குழந்தைகள் கையில்

எடுக்கிறார்கள்தாம். குழந்தைத் தொழிலாளர் பிரச்சினை, குழந்தைத் திருமணப் பிரச்சினையாக இருந்தாலும்கூட குழந்தைகளை அணி திரட்டுவது அபாயம்தான் என மூன்றாவது செயல்பாட்டாளர் எச்சரித்தார். இப்போது குழந்தைகள் பிரச்சினைகளுக்காக எம்விஎஃப் குழந்தைகளைத் திரட்டினால் எதிர்காலத்தில் மற்றவர்களும் தமது சொந்த நோக்கங்களுக்காக குழந்தைகளை அணி திரட்டக் கூடும் என்று அவர் வாதிட்டார்.

எம்விஎஃப் ஊழியர்கள், வார்த்தைகளுக்கும்கூட தங்கள் சொந்த அர்த்தங்களைத் தருகிறார்கள். மார்பள்ளி மண்டலைச் சேர்ந்த ஊழியர் ராமுலு தனது பங்காற்றலின்போது ஏற்பட்ட அனுபவத்தைக் கூறினார். எம்விஎஃப் ஊழியர்கள் மண்டல் வருவாய் அதிகாரியாகவும், பட்வாரியாகவும் உடை அணிந்து ஒரு வாடகை ஜீப்பில் சென்று கிராமத்தில் ஒரு ‘நாடகம்’ நடத்தினர். ‘தூண்டுதல்’ அல்லது ‘ஊக்குவித்தல்’ என்ற சொல்லுக்குப் புது விளக்கம் தந்தார் குலகசர்லா மண்டல கல்வி அலுவலர் வெங்கட்ரெட்டி. குழந்தை உழைப்பை முடிவுக்குக் கொண்டுவர கல்வியை எவ்வாறு பயன்படுத்துவது என்பது குறித்து அரசு அதிகாரிகள் மத்தியில் அக்கறை ஏற்படுத்த எம்விஎஃப் ஏற்பாடு செய்த ஒரு கருத்தரங்கில் அவர் பேசும்போது, குழந்தையை விடுவிக்கா விட்டால் 25,000 ரூபாய் அபராதம் செலுத்த வேண்டியிருக்கும் என்பதும்கூட ஒரு ‘தூண்டுதல்’ என்கிறார். இத்திட்டத்துக்கு ஆதரவாக எதிரிகளையும் வென்றெடுப்பதே மிகச்சிறந்த வழியாகும்.

விடுவிக்கப்பட்ட குழந்தைக் கொத்தடிமைகளின் கதைகள் உணர்ச்சியூட்டக் கூடியவை. அனைத்துக் கதைகளும், தாம் இத்தனை ஆண்டுகளாகப் பெற முடியாத சுயமதிப்பைப் பெற முடிந்ததாகக் காட்டுகின்றன. பஷீராபாத் மண்டல் மயில்வார் கிராமத்தைச் சேர்ந்த நாகேஷ் என்ற சிறுவன் பட்வாரி சென்னப்பாவிடம் 6 ஆண்டுகள் கொத்தடிமையாக வேலை பார்த்து வந்தான். ஒவ்வொரு ஆண்டும் 3 மூட்டை சோளம் தான் ஊதியம். அவனது தந்தைக்கு வழங்கப்பட்ட முன் பணமும் தானியமாக வழங்கப்பட்டது. நாகேஷை முகாமில் சேர்க்க எம்விஎஃப் ஊழியர் லட்சுமணன் முயன்று வந்தார். சிறுவன் தனது தந்தையின் அனுமதிகூட கோராமல் சம்மதித்து விட்டான்; கேட்டால் சம்மதிக்கமாட்டார் என்ற பயம்தான்

காரணம். ரகசியமாக வீட்டிலிருந்து வெளியேறி அவனை அழைத்துச் செல்ல வந்த ஜீப்பில் ஏறிக்கொண்டான். அவனிடம் ஒரே ஒரு உடுப்பு மட்டுமே இருந்தது. முகாம் மேற்பார்வையாளர் ஒரு உடுப்பு தந்தார். தற்போது அவன் பத்தாம் வகுப்பு படிக்கிறான். இரவிலும்கூட முகாமில் இருந்து படிப்பில் கவனம் செலுத்துகிறான். காவல்துறையில் சேர்வதே அவனது இலட்சியம்.

மக்களைச் சென்றடைய தெரு நாடகங்கள், பெரிய பொது நிகழ்ச்சிகள், பாத யாத்திரைகள் போன்றவை பயன்படுத்தப்படுவதுடன், காலக்கிரமமாக கிராம, மண்டல அளவிலான கூட்டங்கள் ஏற்பாடு செய்வது எம்விஎஃப்-இன் பிரதான நிகழ்ச்சியாக உள்ளது. நலகொண்டா மாவட்டத்தின் 10 மண்டல்களில் மட்டும் ஒரே ஆண்டில் (2003-04) எம்விஎஃப் 8,628 கூட்டங்களை நடத்தியுள்ளது. அதாவது, நாளொன்றுக்கு 25 கூட்டங்கள், ஒரு மண்டலில் தினசரி 2 அல்லது 3 கூட்டங்கள். இதுதான் எம்விஎஃப்-இன் திட்டத்தை இதர திட்டங்களுக்கும் மேலான ஒரு இடத்தில் வைத்தது. மக்களின் சிந்தனை முறையை மாற்றும் வகையில் பணியாற்றி ஒரு மக்கள் இயக்கமாகியது. இது ரகசிய, கொரில்லாவகை இயக்கங்களுக்கு முற்றிலும் மாறானது. இந்த இயக்கங்கள் தமது இலக்குகளில் வெற்றியடைந்தாலும்கூட அவர்களால் மக்களிடம் மனமாற்றம் ஏற்படுத்த முடிவதில்லை.

சமூகமாற்றத்தில் சுயசிந்தனையுடன் காந்திய வழிமுறைகளைப் பரிசோதிப்பதே எம்விஎஃப் திட்டம். எம்விஎஃப் செயல்வீரர்கள் பலரும் கூறியதிலிருந்து தெரிந்தது: அவர்கள் தமது எதிரிகளின்—பண்ணையார்கள், முதலாளிகள், அரசு அலுவலர்கள் அல்லது அதிகார வர்க்கம் என எவராக இருந்தாலும்—இதயத்தில் மாற்றம் ஏற்படுத்தியதுதான். ஒரு அமைப்பு-அந்த அமைப்பைச் செயல்படுத்துபவர்கள் இவை இரண்டையுமே எப்போதுமே வேறுபடுத்திப் பார்க்க வேண்டும் என்று பலரும் அழுத்திக் கூறுகிறார்கள். அமைப்பு-எதிர்க்கப்பட வேண்டியது; ஆனால் அந்த அமைப்பை செயல்படுத்துபவர்களை எதிரிகளாகப் பாவிக்கத் தேவையில்லை. சகபயணிகளாக மாறக்கூடியவர்கள் என்றுதான் அணுக வேண்டும் என்பதே எம்விஎஃப் அணுகுமுறையின் சிறப்பு. எம்விஎஃப் செயல்வீரர்கள் யாரைச் சந்தித்தாலும் அவர்கள்

அனைவரும் அகிம்சை, கருத்தொற்றுமை எட்டுதல், பொறுமை, மறு கன்னத்தைக் காட்டுதல், வன்முறையைச் சந்திக்கப் பழகுதல் மற்றும் மனமாற்றம் ஆகிய குணங்களைக் வலுவாகப் பிடித்திருப்பதைக் காணமுடியும். நான் அங்கிருந்தவர்களை நேர்காணல்கள் செய்தவரையில் நான் அறிந்தவரையில் இவை அனைத்தையும் அவர்கள் கொள்கைகளாக மட்டுமல்ல நடைமுறையிலும் செயல்படுத்தி வருகின்றனர்.

எம்விஎஃப் செயல்வீரர்கள் 'சத்யாக்கிரகம்' என்ற சொல்லைப் பயன்படுத்தவில்லை என்றபோதும், என்னைப் பொறுத்தவரை, சமூக மாற்றத்துக்கான கருவியாக சத்தியாக் கிரகத்தை புதிதாக வளர்த்தெடுத்துப் பயன்படுத்துவதாகவே அவர்களது செயல்களைப் புரிந்துகொள்ள முடிகிறது. கடையனுக்கும் கதிமோட்சம் (freedom for the last person at the margin) என்ற காந்தியின் கொள்கையின்படி, சமூகத்தில் மிகவும் பாதிப்புக்குள்ளாகும் பிரிவான குழந்தைகளின் உரிமைகள் உழைப்பென்னும் நுகத்தடியில் சிக்குவதிலிருந்து பாதுகாக்கும் கடமையை எம்விஎஃப் ஆற்றுகிறது.

4

அனைவரையும் ஆதரிக்கச் செய்தல்

நிறுவனச் செயல்பாடுகளின் அடிப்படைக் கொள்கைகள், நிறுவனம் கையில் எடுத்த பிரச்சினைகளின் தர்க்கவிரிவால் உருவாக்கப்பட்டன. தேர்ந்தெடுக்கப்படும் பிரச்சினைகள் ஒரு தனிப்பட்ட வகுப்பு அல்லது குழுவோடு மட்டும் அடங்காமல் விரியும்போது, கருத்தொற்றுமை உருவாக்குதல் என்பது இயல்பான செயல்திட்டமாகிறது. குழந்தைகள் அனைவரையும் பள்ளிக்கு அனுப்புவதன் மூலம் குழந்தை உழைப்பை ஒழிக்கும் முறை, தன்னளவில் அனைவரையும் உள்ளடக்குவதாக இருக்கிறது. குறிவைக்கப்பட்ட பிரிவும் கிடையாது, எதிரியும் கிடையாது, உலகளாவிய சிறந்த கொள்கைகளுக்காக ஒரு கிராமம் முழுவதுமே கையில் எடுக்கப்படுகிறது.

தொடக்க காலங்களில் கொத்தடிமைப் பிரச்சினையைக் கையில் எடுத்தவர்கள் கையாண்ட விதத்துக்கு இது நேர் எதிரான அணுகுமுறையாகும். அப்போது கிராமங்களில் பதற்றம் உச்சத்தில் இருக்கும். பண்ணையார்கள் வன்முறையை ஏவி விடுவர்; கொத்தடிமைக் குழந்தைகளின் பெற்றோர்கூட அமைப்புக்கு எதிராகத் திரும்புவர். உண்மையில், வன்முறை மிக அதிகமாகவே இருந்தது—இது எம்விஎஃப் தலைமையை மிகப்பெரிய அளவில் ஆத்மபரிசோதனையில் ஈடுபடச் செய்தது. கொத்தடிமைத் தொழிலாளர்கள் அடித்து நொறுக்கப் பட்டதோடு, தலித்துகளின் கிராமமே நிர்மூலமாக்கப்பட்டது. தாழ்த்தப்பட்ட மக்களின் கை கால்கள் முடமாக்கப்பட்டன. ஆனால், அடித்து உதைத்தாலும், உணர்ச்சிக்கு அடிமை யாகாமல் இருப்பதற்கு எம்விஎஃப் செயல்பாட்டாளர்கள் கற்றிருந்தனர். ஏனெனில், அவர்கள் தொடர்ந்து அதே கிராமங்களில் பணியாற்ற வேண்டும். எதிர்த்தாக்குதல் அவர்களைக் கிராம சமூகத்திடமிருந்து அன்னியப் படுத்தி

விடும் என்பதை அறிந்திருந்தனர். எனவே, இலக்குசார்ந்த அணுகுமுறைக்குப் பதிலாக, அதற்கான செயல்முறையின்மீது கவனம் செலுத்தப்பட்டது.

சமரசமும், பேச்சுவார்த்தையுமே சிறந்த வழிமுறைகளாகத் தோன்றின. அதன் சிறப்பான பலன்களை அவர்கள் அனை வரும் நன்றாக உணர்ந்தனர். சட்டத்திடம் சரணடைவதுதான் கடைசி வழி என்பதை ஒரு செயல்பாட்டாளர் சுட்டிக்காட்டி னார். கொத்தடிமைக் குழந்தைத் தொழிலாளர்களை பண்ணையார்கள் விடுதலை செய்ய சட்டத்தைக் காட்டி மிரட்டுவதையே அவர்கள் தேர்வு செய்தனர். இருந்தபோதும், தமது குழந்தைகளைக் கொத்தடிமைகளாக விடுவதற்காக பண்ணையாரிடமிருந்து வாங்கிய முன் பணத்தைத் திருப்பித் தருவதுதான் நியாயம் என்று—கொத்தடிமை முறை சட்ட விரோதம் என்பதால் அப்படிச் செய்யத் தேவையில்லை என்ற போதும்—பெற்றோர் தாமாகவே நினைக்கிறார்கள். அவ்வாறு கொத்தடிமைகளை வேலைக்கு வைப்பவர்களைச் சட்டப்படி கைது செய்ய முடியும் என்பதே உண்மை. இருந்தபோதும், இந்த மூன்று தரப்பினரும்—கொத்தடிமைக் குழந்தைகள், பெற்றோர், பண்ணையார்கள்—ஒரே கிராமத்தைச் சேர்ந்தவர் களாக இருப்பதால் மோதல் போக்கைக் கடைபிடிப்பதைவிட, சமரசப் பேச்சுவார்த்தையே சிறந்த வழிமுறையாக விரும்பப் படுகிறது.

அகிம்சை என்பது எம்விஎஃப் தொண்டர்களின் உடலோடு ஒன்றிவிட்ட நம்பிக்கை போன்றே தெரிகிறது. கொத்தடிமைகளாக இருந்தவர்களை அதை முறித்துக்கொண்டு வெளியே வர ஊக்குவித்தவர்கள் என்பதால் எம்விஎஃப் தொண்டர்களை பண்ணையார்களும் அவர்களது கூலிப்படை யினரும் தாக்கிக் காயப்படுத்தினார்கள் என்றபோதும்கூட, தமது செயல்கள் நியாயமானவை, இதை எதிரிகள் விரைவில் உணர்வார்கள் என்ற நம்பிக்கையில், வெறுப்புணர்வின்றி தொண்டர்கள் தொடர்ந்து அங்கேயே பணியாற்றுகிறார்கள்.

"எதிரியின் ஆட்கள் முன்பு நாம் தலை குனிந்து, 'உங்களுக்கு மகிழ்ச்சி என்றால் அடியுங்கள்' என்று நாம் கூறினால், தாக்குபவர் வெட்கமடைந்து பின்வாங்கிவிடுவார்" என்று எம்விஎஃப் பெண் செயல்பாட்டாளர் விஜயா விளக்கினார். இந்த அசாத்திய துணிச்சல் எம்விஎஃப் நடத்திய

பயிற்சி முகாம் ஒன்றிலிருந்து கிடைத்தது: "நீங்கள் கோபம் கொள்ளும்போதோ, அல்லது ஒரு கோபமான நபரைச் சந்திக்க நேரும்போதோ எந்த நடவடிக்கையும் மேற்கொள்வதற்குமுன் 10 வரை மனதுக்குள் எண்ணவேண்டும்" என்ற பயிற்சியை மேற்கொண்டதால் எதிரிகளால் தூண்டப்படும்போது அமைதி காக்க முடிகிறது என்றார். இதனால் பத்து சந்தர்ப்பங்களில் ஒன்பதில் நமக்கே வெற்றி கிடைக்கிறது என்றார்.

நவாப்பேட் கிராமத்தைச் சேர்ந்தவர் சங்கமேஷ் என்ற எம்விஎஃப் ஊழியர். வட்டிமீனாப்பள்ளி முகாமில் சேருமாறு சில கொத்தடிமைச் சிறுமிகளை ஊக்குவித்தார் என்பதற்காக ஆறேழு பேர் சங்கமேஷை கடுமையாகத் தாக்கியுள்ளனர். ஆனால், தொடர்ந்து மற்ற சிறாரையும் மீட்கவேண்டும் என்பதால் எதிர்த் தாக்குதலில் ஈடுபடாமல் தாக்குதலைத் தாங்கிக் கொண்டார். தமது செயல்களுக்கான காரணத்தின் நியாயமும், அவசரமும் புரிந்துவிட்டால் பொறுமையும், சகிப்புத் தன்மையும் தானாக வந்துவிடும் என்று அந்தாராம் கிராம பிக்ஷாபதி கூறினார். இவை அனைத்தும் சமூக மாற்றம் என்ற பரந்த நோக்கத்துக்காக என்பதால் தனது அகந்தையை அழித்து, எதிர்ப்பின்றி, வன்முறையைத் தாங்கும் ஆற்றல் ஒரு ஊழியருக்குக் கிடைக்கிறது என்று அவர் விளக்கினார்.

கருத்தொற்றுமை உருவாக்கத்தின் கொடையால் கிராம அளவில் வன்முறைகள் குறைந்து வந்ததைக் கவனிக்க முடிந்தது. உலகவங்கி நிதி உதவியுடன் ஆந்திர மாநில அரசு செயல்படுத்தி வந்த 'வெலுகு' என்ற திட்டத்தை விலக்கிக் கொள்ள நேர்ந்தது; என்றாலும்கூட மஹபூப் நகரின் அம்ராபாத் போன்ற நக்சலைட்டுகள் செல்வாக்கு உள்ள பகுதிகளில்கூட ஜனநாயகவெளியை உருவாக்குவதில் எம்விஎஃப் வெற்றியடைந்தது. ரெங்காரெட்டி மாவட்ட எம்விஎஃப் மையங்களுக்கு அனுபவப் பயணமாக வந்த வட கிழக்கு இந்தியப் பழங்குடியினத் தலைவர்கள், எம்விஎஃப் கொள்கையால் ஈர்க்கப்பட்டு, எதிர்க்குழுக்களுடன் மோதும் போக்கைக் குழிதோண்டிப்புதைத்துவிட்டு குழந்தைகள் உரிமைகளுக்காக இணைந்து பணியாற்றத் தொடங்கியுள்ளனர். அசாமில், தலைமறைவாகச் செயல்படும் தீவிரவாதிகள்கூட குழந்தைகள் உரிமைகள் பாதுகாக்கப்பட அரசியல் எதிரிகளுடன் ஒத்துழைக்க ஒப்புக் கொண்டனர்.

அனைவரையும் ஆதரிக்கச் செய்தல்

ஹைதராபாத்தில் இருந்து 40 கி.மீ தொலைவில்—சாலையின் இருபுறமும் மரங்கள் அடர்ந்த அழகான வழியில் சென்றால் செவல்லா என்ற கிராமம் உள்ளது. இங்கு எம்விஎஃப் அமைப்பாளர்கள் மற்றும் ஆசிரியர்களுக்கான ஆதார மையம் உள்ளது. இங்கு எம்விஎஃப்பின் அடிப்படைக் கொள்கைகள் பற்றி விவாதிப்பதற்காக நடத்தப்பட்ட ஒரு கூட்டத்தில் நானும் கலந்து கொண்டேன். ஒவ்வொருவரும் ஒரு மண்டலுக்குத் தலைவர்கள். அவர்களின் கீழ் கிராம அமைப்பாளர்கள், தொகுப்பு அமைப்பாளர்கள் செயல் படுகிறார்கள். ஒவ்வொருவரும் கிராம அளவிலான அமைப்பாளராகத் தொடங்கியவர்கள். ஒவ்வொருவரும் 10,000 குழந்தைகளைப் பிரதிநிதித்துவம் செய்கிறார்கள்.

குழுவினர் ஒவ்வொரு மாதமும் கூடி, முந்தைய மாதப் பணிகளை ஆய்வுசெய்து அடுத்தமாதப் பணிகளைத் திட்டமிடுகிறார்கள். எம்விஎஃப் கொள்கைகள் ஒன்றன் பின் ஒன்றாக விவாதிக்கப்படுகின்றன. முதலில் விவாதத்துக்கு வருவது வன்முறை இல்லாமல் முரண்களைத் தீர்ப்பது எப்படி என்பது. செயல்வீரர்கள் எதிர்ப்புகளை எவ்வாறு எதிர்கொண்டனர், தங்களது அகிம்சைக் கொள்கை மூலம் கிராமத்தினர் தமது கொள்கையை எவ்வாறு ஏற்றனர் என்ற அவர்களது அனுபவங்களை நினைவுகூர்ந்தனர். 1994இல் சங்கரபள்ளி கிராமத்தில் கொத்தடிமைகளாக இருந்த 65 சிறார்களை விடுவித்தபோது பெரும் பதற்றம் ஏற்பட்டது. தேசியக் குழந்தைத் தொழிலாளர் தினத்தையொட்டி எம்விஎஃப் ஒரு நிகழ்ச்சிக்கு ஏற்பாடு செய்து மாநிலத் தொழிலாளர் அமைச்சரை அழைத்திருந்தது. கொத்தடிமை களை வைத்திருந்த பண்ணையார்கள் விழா மேடையையே கொளுத்திவிடுவோம் என மிரட்டினர். ஆனால், அமைச்சர் வந்து, எம்விஎஃப் திட்டத்தை ஆதரித்ததும் அவர்கள் போக்கு மாறிவிட்டது. குழந்தைத் தொழிலாளர்களை விடுவிக்கச் சம்மதித்தனர்.

தன்னிடமிருந்த குழந்தைத் தொழிலாளி ஒருவன் முகாமில் சேர்ந்தபோது முதலில் எதிர்ப்புத் தெரிவித்த பண்ணையார் ஒருவர், பின்னர் ஒத்துவந்ததை ஒரு ஊழியர் கூறினார். கொத்தபள்ளி, சங்கர்பள்ளியைச் சேர்ந்த ஒரு

இளம் ஊழியர் கொத்தடிமைச் சிறுவர்களை விடுவிக்க முயன்றபோது எஜமானரால் தாக்கப்பட்டுள்ளார். ஆனால், அந்த ஊழியர் காவல்நிலையத்தில் புகார் அளிக்கவில்லை. அவரது எதிரியைத் தனிமைப்படுத்த விரும்பாததே இதற்குக் காரணம். இறுதியில், அவரது நிலைப்பாட்டை எஜமானர் ஏற்றுக்கொண்டபோது அவரது நீதியே நிலைநாட்டப் பட்டது.

தொடக்கத்தில் எதிர்ப்பு தெரிவிக்கும் கிராமத்தினர் படிப்படியாக எவ்வாறு வழிக்கு வருகிறார்கள் என்பதை பரிகி மண்டல், லக்னாபுர் கிராமப் பெண் ஊழியர் மரியா விளக்கினார். ஒரு குழந்தையை முகாமுக்குக் கொண்டுவரச் சென்றபோது மொத்தக் கிராமமே திரண்டு எம்விஎஃப் ஊழியர்களைத் தடியால் தாக்கினர். அக்குழந்தைகளின் பெற்றோர் வந்து தமது அனுமதியுடன்தான் குழந்தைகள் அழைத்துச் செல்லப்படுகிறார்கள் என்று கூறி அவர்களை மீட்டுள்ளனர். முகாமில் இருந்த ஒரு சிறுமி பூப்படைந்த போது, பூப்புனித நீராட்டு விழாவுக்கு அனைத்து ஆசியர்களையும் அழைக்க வேண்டும் என்றாள். ஆசிரியர்களை அழைக்கவந்த கிராமத்தினர் முன்னர் நடந்த தாக்குதல் சம்பவத்துக்காக மன்னிப்புக் கோரினர். பின்னர், இரவில் ஆசிரியர்களைப் பாதுகாப்பாக முகாமுக்கு கொண்டு சேர்த்தனர்.

பரிகி மண்டலில் மற்றொரு சம்பவம். ஒரு சிறுவனை அடித்தது தொடர்பாக தாழ்த்தப்பட்டோர் மாணவர் விடுதிக் காப்பாளர் மீது எம்விஎஃப் செயல்வீரர்கள் புகார் செய்திருந்தனர். இதனால் ஆத்திரமடைந்த நிறுவனம் ஒட்டு மொத்தமாக எம்விஎஃப் தொண்டர்களைப் புறக்கணிக்கத் தொடங்கியது. ஆனால் இதேவழியில் எம்விஎஃப் எதிர் வினையாற்ற விரும்பவில்லை. பதிலாக, அந்த விடுதிக்கு ஒரு ஆட்டோரிக்ஷா தேவைப்பட்டபோது எம்விஎஃப் தனது ஆட்டோவை இரவல் வழங்கியது; பழைய நிகழ்ச்சிகளை பெரிதுபடுத்தவில்லை. இதனால் சமாதானம் ஏற்பட்டது.

அனைவருக்கும் இடம்தருவது, பெருந்தன்மை ஆகிய அணுகுமுறைகளால் மார்பள்ளி மண்டல் அமைப்பாளர்

சங்கர் உள்ளூர் இளைஞர் குழுவின் (அம்பேத்கர் குழு) ஆதரவை வென்றெடுத்தார். ஆண்களும் பெண்களும் ஒரே இடத்தில் இருப்பதற்கு அவர்கள் எதிர்ப்புத் தெரிவித்து வந்தனர். மே நாள் பேரணி வந்தபோது, குழந்தை உழைப்பு, குழந்தைத் திருமணம் குறித்து தமது கருத்துகளைக்கூற அவர்களுக்கு வாய்ப்பு அளிக்கப்பட்டது. எம்விஎஃப்-இன் இந்த அணுகுமுறையால் அவர்களின் எதிர்ப்பு இளகியது, குழந்தைகளை அவர்களும் முகாமுக்குக் கொண்டு வரத் துவங்கினர். அதற்குப் பிறகு எம்விஎஃப் ஆண்களுக்கும் பெண்களுக்கும் தனித்தனி முகாம்களை நடத்தியது.

மார்பள்ளி மண்டல் தும்ஹலபள்ளி கிராமத்தலைவர் இரண்டு சிறார்களைக் கொத்தடிமைகளாக வைத்திருந்தார். இந்நிலையில் அந்த ஊருக்கு அமைச்சர் ஒருவர் வருகை தர இருந்ததைத் சாதகமாகப் பயன்படுத்திக் கொண்டனர். அமைச்சர் வரும்போது உங்கள் கொத்தடிமைகளை விடுவிக்கும்படி கண்டனம் தெரிவிக்கக்கூடும் என்று கிராமத்தலைவரிடம் கூறினர். அவமானம் ஏற்படும் முன்னரே தப்பிக்க எண்ணிய அவர், குழந்தைகளை ‘பரிசாக’ வழங்கினார். மேல்சாதிக்காரர் என்பதற்காக அவரை எதிர்த்திருந்தால் அவர் தனிமைப்பட்டிருப்பார்; ஆனால் எம்விஎஃப்-இன் இந்த அணுகுமுறையால் தமது நோக்கத்தில் வெற்றியடைந்ததுடன், ஒரு தீவிரத் தொண்டரும் கிடைத்தார். அவர் குழந்தைத் திருமணத்துக்கு எதிரான தீவிரப் போராளியாக மாறி, எம்விஎஃப்-இல் இணைந்து அதன் பணிகளிலும் பங்கெடுத்தார்.

செவல்லா மண்டல், பாலகுட்டா கிராமத்தில் கொத்தடிமைகள் வைத்திருந்த ஒரு பண்ணையார் பள்ளியின் கல்விக்குழுத் தலைவராகத் தேர்ந்தெடுக்கப் பட்டார். பொதுப் பதவியை வகிப்பதன் மூலம் அவரே வெட்கமடைந்து தன்னிடமுள்ள கொத்தடிமைக் குழந்தைகளை விடுவித்து விடுவார் என்பது எதிர்பார்ப்பு.

கூட்டத்தில் கலந்துகொண்ட ஒரே மண்டல் பெண் அமைப்பாளர் நவாபேட் மண்டல் புல்மாண்டி கிராமத்தைச் சேர்ந்த ஆனந்தலட்சுமி ஆவார். கடிசெர்லா

என்ற கிராமத்தில் நடந்த சம்பவம் ஒன்றை அவர் நினைவு கூர்ந்தார். அங்கு கஜேலா வெங்கட்ரெட்டி என்ற பண்ணையார், பெற்றோருக்கு ரூ. 10,000 முன்பணம் கொடுத்து சிறுவனை கொத்தடிமையாக வேலைக்கு வைத்திருந்தார். சிறுவன் அங்கிருந்து தப்பி, பாலம் முகாமில் சேர்ந்தான். இதனால் ஆத்திரமடைந்த பண்ணையார் அச்சிறுவனின் பெற்றோரை அடித்திருக்கிறார். இதனால் பயந்த பெற்றோர், அச்சிறுவனை அழைத்துச் செல்ல முகாமுக்கு வந்தனர். இதைத் தொடர்ந்து பண்ணையாரைச் சந்தித்த எம்விஎஃப் ஊழியர்கள் ஒரே ஒரு முறை தாம் நடத்தும் முகாமுக்கு வந்து பார்வையிடுமாறு வலியுறுத்தி சம்மதிக்க வைத்தனர். அவர் படிப்படியாகச் சூழ்நிலையைப் புரிந்துகொண்டு, காலப்போக்கில் அவரிடம் இருந்த இதர கொத்தடிமைக் குழந்தைத் தொழிலாளர்களையும் விடுவிக்கச் சம்மதித்தார். செயல்திட்டம் பயனளித்தது.

இவ்வாறு, தூண்டுதல், வழிப்படுத்தல், சமூகப் புறக்கணிப்பு என சூழ்நிலைக்கேற்ப செயல்திட்டங்கள் மாறுபடுகின்றன. கோவ்குண்ட்லா மண்டல் துணைத்தலைவர் யாட்டையா, குழந்தைகளைப் பள்ளிக்கு அனுப்பாத பண்ணையார்கள், பெற்றோர் ஆகியோருக்கு ரேஷன் பொருட்கள் உள்ளிட்ட அனைத்து சமூகப் பலன்களும் மறுக்கப்பட்டதாகக் கூறினார். எம்விஎஃப் தொண்டர்களின் முயற்சிகளின் பயன்களை கிராமத்தில் ஒரு புரட்சி என்று வர்ணித்தார். கொத்தடிமைகள் வைத்திருப்பவர்களுக்கு அரசு வழங்கும் சமூகப் பலன்கள் மறுக்கப்பட்டதை குலகசர்லா மண்டல் தலைவர் அஞ்சையா கவுடுவும் உறுதிப்படுத்தினார்.

எம்விஎஃப்-இன் மற்றொரு கொள்கை, இணை அமைப்புகளை நடத்துவதற்குப் பதிலாக ஏற்கெனவே செயல்படும் நிறுவனங்கள் மற்றும் அரசுடன் இணைந்து செயல்படுவது ஆகும். பள்ளி, கிராமப் பஞ்சாயத்து, மகளிர் சங்கம் அல்லது பள்ளிக் கல்விக் குழு என எதுவாக இருந்தாலும் அதன் எல்லைகளை விரிவுபடுத்தும் முயற்சியாகும் இது. வேறு பகுதிகளிலும் நடைமுறைப்படுத்தக்கூடிய செயல்திட்டமே வெற்றிகரமான திட்டம் என எம்விஎஃப் கருதுகிறது; அரசு நிறுவனங்கள், அரசுசாரா அமைப்புகளால் அத்திட்டம் ஏற்றுக்

கொள்ளப்படுவதோடு, ஒரு உலகளாவிய நடைமுறையாகவும் மாறவேண்டும். கொத்தடிமை உழைப்பாளிகளாக இருந்த குழந்தைகளைப் பள்ளியில் சேர்ப்பதில் ஆசிரியர்கள் தயக்கம் காட்டியபோது, கொத்தடிமைக் குழந்தைகளுக்கென தனிப் பள்ளிகள் ஏற்படுத்துவது பற்றி எம்விஎஃப் தொண்டர்கள் சிந்திக்கத்தான் செய்தனர்; இருப்பினும், புறக்கணிக்கப்பட்ட மக்களுக்கு கல்வி அளிப்பது அரசின் கடமை என்பதையும் தொண்டர்கள் அறிந்திருந்தனர்; ஒடுக்கப்பட்டவர்கள் தமது உரிமைகளைப் பெறுவது என்பதில் அந்த உரிமைகளில் எவை அடங்கும் என்பதையும் அவர்கள் அறிந்துள்ளனர். தமது அமைப்பு சேவைகளை வழங்கியிருந்தால், மக்களின் விழிப்புணர்வை உயர்த்தும் அமைப்பாக இருப்பதற்குப் பதிலாக ஒரு நிர்வாக அமைப்பாக அது மாறியிருக்கும் என்று எம்விஎஃப் தொண்டர் ஒருவர் என்னிடம் விளக்கினார். எதிர்காலத்தில் எம்விஎஃப் இல்லையென்றாலும் தற்போதைய நிறுவனங்கள் தொடரும் என மற்றொரு தொண்டர் நம்பிக்கை தெரிவித்தார். முன்னர் பள்ளியில் சேர்ந்த குழந்தைகளுக்கு பொறுப்பு வகித்த பள்ளிகள், தற்போது கிராமத்திலுள்ள பள்ளியில் சேராத குழந்தைகள் உள்ளிட்ட அனைத்துக் குழந்தைகளின் கல்விக்குப் பொறுப்பாகியுள்ளதே மாற்றமாகும். குழந்தைகளைப் பள்ளிக்கு வரச்செய்வது பள்ளி ஆசிரியர் கடமையாகும்.

சில சம்பவங்கள் எம்விஎஃப் மற்றும் அதிகாரிகள் இடையே நிலவிய நெருக்கமான உறவைக் காட்டுகின்றன. சங்கர்பள்ளி மண்டலில் நான் இருந்தபோது ஒரு ஞாயிறு முழுவதும் அந்த மண்டல் ஆதார வள அதிகாரி எம்விஎஃப் அலுவகத்தில் இருந்ததைப் பார்த்தேன். ஒரு குழந்தைத் திருமணத்தை நிறுத்தும்படி எம்விஎஃப் ஊழியர்களுடன் சேர்ந்து அவரும் அக்குழந்தையின் பெற்றோரை வலியுறுத்திக் கொண்டிருந்தார்.

மற்றொரு மண்டல் தலைநகருக்கு நான் சென்றிருந்த போது, அரசு மரியாதைப்படி எம்விஎஃப் ஊழியர்கள்தான் தன்னை வந்து சந்திக்க வேண்டும் என்று பாராமல், அந்த மண்டல் வளர்ச்சி அதிகாரி எம்விஎஃப் அலுவலகம் வந்து ஊழியர்களைச் சந்தித்து விவாதித்தார். சங்கர்பள்ளி மண்டல் வருவாய் அதிகாரி, மார்பள்ளி மண்டல் வளர்ச்சி அதிகாரி

இருவரும் தங்கள் பகுதிக்குள் மிகச் சிறந்த பணிகளை மேற் கொண்டு வருவதையொட்டி எம்விஎஃப் உடன் நெருக்கமாக ஒத்துழைப்பு நல்கிப் பணியாற்றுகிறார்கள்.

அதிகாரிகளின் ஒத்துழைப்பை மேலும் வலுப்படுத்த, புதிதாக நியமிக்கப்படும் மண்டல் வளர்ச்சி அதிகாரிகளை மாநில ஊரக வளர்ச்சி நிறுவனம் ஏற்பாடு செய்த பயிலரங்கிற்கு அழைத்து, ஒரேமாதிரியான பள்ளிக் கல்வி மூலம் குழந்தை உழைப்பு நீக்கப்படவேண்டியதன் அவசியத்தை எம்விஎஃப் அறியச்செய்தது. அப்பயிலரங்கு மூன்று நாட்கள் நடைபெற்றது. எம்விஎஃப் ஊழியர்கள் தமது பணிகள் பற்றி விளக்க உரை அளித்தல், எம்விஎஃப் மையங்கள், முகாம்கள், அலுவலகங்களை நேரடியாகப் பார்வையிடுதல் போன்ற நிகழ்ச்சிகள் ஏற்பாடு செய்யப் பட்டன. இதுவரை 75 புதியவர்கள் இவ்வாறு வந்துள்ளனர். அவர்கள் அனைவரும் தமது அன்றாட அலுவல்களில் மூழ்கி விடுவதற்கு முன்பே இப்பிரச்சினையை அறிமுகம் செய்வதன் மூலம், சமூக மாற்றத்துக்கு ஆதரவானவர்களாக மாற்றும் இத்திட்டம் எம்விஎஃப்-இன் தொலைநோக்குப் பார்வையின் விளைவாகும்.

ஆந்திரப் பிரதேச முன்னாள் முதல்வர் சந்திரபாபு நாயுடு தொடங்கிய 'ஜன்மபூமி' இயக்கமும் பயன்படுத்திக்கொள்ளப் பட்டது. செவல்லா மண்டல் அந்தாராம் கிராமத்தைச் சேர்ந்த பிக்ஷாபதி, இரண்டு சிறுவர்களை கொத்தடிமையிலிருந்து விடுவிக்க வேண்டும் என்று ஒரு பொது நிகழ்ச்சியில் மண்டல் வருவாய் அதிகாரியிடம் விண்ணப்பமளித்தார். பொது நிகழ்ச்சியில் பகிரங்கமாகக் கூறியதால், அச்சிறுவர்களை விடுவிப்பதைத்தவிர அவருக்கு வேறுவழியிருக்கவில்லை.

தாரூர் மண்டல் ஹரிதாஸ்பள்ளி கிராமத்துக்கு ஜன்மபூமி திட்டத்தின் கீழ் வருகை தந்த அதிகாரிகளிடம் எம்விஎஃப் ஊழியர்கள் தலைமையில் கிராமத்தினர் திரண்டு, அக்கிராமப் பள்ளியில் இருந்த ஒரே ஒரு ஆசிரியரையும் மாற்றி விட்டதற்கு எதிர்ப்புத் தெரிவித்தனர். மூடப்பட்டிருந்த பள்ளியை உடனே திறக்க அதிகாரிகள் ஏற்பாடு செய்தனர். மேலும், ஆசிரியர் களை தன்னிச்சையாக மாற்றுவது நிறுத்தப்பட்டது; இது போன்று மாற்றும்போது உள்ளூர் நிலைமைகளையும் அறிந்து கொள்ள வேண்டும் என அரசும் எச்சரிக்கை அடைந்தது.

மற்றொரு மண்டலில், குழந்தை உழைப்பையும் குழந்தைத் திருமணத்தையும் தடுக்க ஒத்துழைக்கும்படி காவல்துறை துணை ஆய்வாளரிடம் கோரப்பட்டது. அந்த அதிகாரியும் ஒத்துக்கொண்டார். புத்தாண்டுப் பிறப்பின்போது புதிய கொத்தடிமை ஒப்பந்தங்கள் போடப்படும்போதும், குழந்தைத் திருமணம் நடைபெறும்போதும் அவற்றைத் தடுக்க எம்விஎஃப் தொண்டர்களுடன் இணைந்து பணியாற்றுவதாகக் கூறினார்.

கானாபூர் கிராமத்தில், கொத்தடிமை உழைப்பிலிருந்து விடுவிக்கப்பட்ட ஒரு சிறுவன் முகாமில் சேர்ந்து படிக்க விரும்பினான். பெற்றோர் எதிர்ப்புத் தெரிவித்தனர். மேலும், குழந்தை இல்லையென்பதால், எம்விஎஃப் ஊழியர் ராமுலு தமது வயல்களில் வேலை பார்க்கவேண்டும் எனவும் கோரினர். கிராமத் தலைவரிடம் ராமுலு முறையிட்டார். இதைத் தொடர்ந்து, இத்தகைய சட்டவிரோத நடவடிக்கைகளுக்கு ரூ. 4,000 வரை அபராதம் கட்டவேண்யிருக்கும் என அந்தப் பெற்றோர்களை தலைவர் எச்சரித்தார்.

செவல்லா மண்டலின் வருவாய் அலுவலர், வளர்ச்சி அலுவலர், காவல்துறை துணைஆய்வாளர்கள், உள்ளாட்சிப் பிரதிநிதிகள், இளைஞர் குழுக்கள் கொண்ட குழு அமைக்கப் பட்டது. இதன்மூலம் ஏராளமான குழந்தைத் தொழிலாளர்களை விடுவிக்க முடிந்தது.

குழந்தைத் திருமணத்தைத் தடுப்பதற்காக காவல்துறை தலையிடுவதும் சில சந்தர்ப்பங்களில் நிகழ்ந்திருக்கிறது; ஆயினும் மொத்தத்தில் காவல்துறையும் செயலற்றதாக உள்ளது. சமூகப் பழக்கம் என்ற பெயரில் குழந்தைத் திருமணம் போன்றவற்றை ஆதரிக்கும் உள்ளூர் அரசியல் தலைவர்களின் செல்வாக்கின்படியே செயல்படுகிறார்கள், சமூகமாற்றத்தை ஆதரிப்பதில்லை.

மற்றொரு நிகழ்வில், பள்ளிகளுக்கு ஆசிரியர்கள் ஒழுங்காக வராததைக் கண்டித்து மார்பள்ளி மண்டலின் நர்சாபுர் கிராம மக்கள் மண்டல் அலுவலகம் எதிரே தர்ணா போராட்டம் நடத்தினர். மொத்தத்தில், சமூகம் ஒரு கண்காணிப்பு அமைப்பு போலச் செயல்படுவதால், ரங்காரெட்டி மாவட்ட அதிகாரிகள் அனைவரும் குழந்தைத் தொழிலாளர் பிரச்சினை குறித்து அக்கறை காட்டுபவர்களாக உள்ளனர்.

பெரும்பாலான அரசுசாரா அமைப்புகள் தனிநபர் ஆளுமைகளைச் சுற்றிச் செயல்படும்; ஆனால் எம்விஎஃப், தனது அமைப்பையும் நடவடிக்கைகளையும் ஜனநாயகப் படுத்தி அதிகாரப் பரவலாக்கம் செய்துள்ளது. அதிகாரப் பரவலாக்கமும், கீழ்மட்டப் பணியாளர்களுக்கு சுயாதிகாரம் வழங்கப்பட்டிருப்பதும் எம்விஎஃப் ஊழியர்கள்/செயல்வீரர்கள் செயல்திறனை அதிகரிக்கச் செய்துள்ளன. இது அவர்கள் தமது சொந்த முயற்சிகளின்படி சுயேட்சையாகச் செயல்படச்செய்து, ஒரு அரசுசாரா அமைப்பின் ஊழியர் என்பதற்கு மேலாக ஒரு இயக்கத்தின் செயல்பாட்டாளர்களாக நடந்து கொள்ளச் செய்கிறது. மேலிருந்து எந்தக் கட்டுப்பாடும் இல்லை. கிராம அமைப்பாளர்கள், செயல்நோக்கர்கள், தொண்டர்களிட மிருந்து மண்டல் மற்றும் தொகுதி அமைப்பாளர்களுக்கு, அவர்களிடமிருந்து எம்விஎஃப் செயலாளருக்கு என தகவல்கள் கீழிருந்து மேலாகப் பயணிக்கின்றன. மண்டல் அளவிலான அமைப்பாளர்கள், இதர செயல்பாட்டாளர்கள் மற்றும் எம்விஎஃப் உடன் பணியாற்றும் அமைப்புகள் பற்றி விமர்சிக்கவோ, தமது கருத்துகளைக் கூறவோ, அதிருப்தியைத் தெரிவிக்கவோ தயங்க மாட்டார்கள். உள்ளூர் செயல் பாட்டாளர்களுக்கு முழுமையான சுயாட்சி உள்ளது. அதை அவர்கள் முழுமையாகப் பயன்படுத்திக் கொள்கிறார்கள். செலவு விஷயத்திலும் முழு சுதந்திரம் இருக்கிறது. ஒருமுறை நாங்கள் கள ஆய்வுக்காக சென்றபோது, எங்களுக்காக வரவேண்டிய ஜீப் வரவில்லை. செவல்லா முகாமைச் சேர்ந்த ஒருவர் வாடகைக் காரை ஏற்பாடு செய்தார், எங்கள் நிகழ்ச்சிகள் எதுவும் பாதிக்கவில்லை.

தமது செயல்பாடுகளை எவ்வளவு வேகத்தில் கொண்டு செல்லலாம், அதற்காகக் கடைபிடிக்க வேண்டிய உத்திகள் என்ன என்பது குறித்து தாமே முடிவு செய்யும் சுதந்திரம் மண்டல் அளவிலான அமைப்பாளர்களுக்கு இருக்கிறது. இருந்தபோதும், அவர்கள் உள்ளூர்த் தலைவர்களாக மாறுவதில்லை. ஏனெனில், புதிய திட்டங்கள் மேற்கொள்ளப் படும்போது இதர மண்டல்களுக்கு மாற்றப்படுகிறார்கள். மண்டல் அளவில் ஒரே பெண் அமைப்பாளர் ஆனந்தலட்சுமி, அமைப்பு குறித்தும் அது தன் வாழ்வில் செலுத்திய தாக்கம் பற்றியும் பேசும்போது இதை வலியுறுத்தினார். அரசுப்

பணியைவிட எம்விஎஃப் பணியை அவர் விரும்பி ஏற்றார். திட்டங்களை உருவாக்கிக்கொள்ள தனக்கு அதிகாரம் உள்ளது என்றார். எம்விஎஃப் உடன் பணியாற்றியதில் தன்னம்பிக்கை மேம்பட்டிருப்பதாகக் கூறினார். இப்போது கிராமத்தவர்களின் மிரட்டல்களைக்கண்டு அவர் அஞ்சுவதில்லை; விட்டுத் தருவதாலேயே எதிராளிகளை வென்றெடுப்பது சாத்தியம் என்பதைக் கற்றுக்கொண்டுவிட்டார்.

எம்விஎஃப் தொண்டர்களின் அர்ப்பணிப்பும் உற்சாகமும் தொற்றுநோய் போல மற்றவர்களையும் பற்றிக் கொள்ளும்— எம்விஎஃப் உடன் தொடர்பு கிடைத்தவர்கள் விரைவில் அதன் தொண்டர்களாக மாறினார்கள். சங்கர்பள்ளி முகாமிலுள்ள நோயுற்ற சிறார்களை உள்ளூர் மருத்துவரிடம் அவ்வப்போது அழைத்துச் செல்லும் வேலை செய்து வந்த கலீல் என்பவர், ஆட்டோவை எம்விஎஃப்புக்கு குத்தகைக்கு விட்டிருக்கிறார்; அன்றாட, வாராந்திர காய்கறித் தேவைகள் மற்றும் ஆலூர் சிறுமிகள் முகாமுக்குத் தேவையான பால் முதலியவற்றை பெற்றுத் தருகிறார். மற்ற முகாம்களிலும் அவரது உறவினர்கள் ஆட்டோக்களை வாடகைக்கு ஓட்டுகிறார்கள்.

ஆரம்பகாலங்களில் பெண் செயல்வீரர்கள் சிலர்தான் இருந்தனர், அவர்களும் தமது குடும்பத்தவர்களிடமிருந்து— குறிப்பாக மாமியார்களின் எதிர்ப்பைச் சமாளிக்க வேண்டி யிருந்தது. ஆனாலும் அவர்கள் தங்கள் செயல்களைக் கைவிடவில்லை. விஜயா என்னும் ஒரு தொண்டருக்கு சிறிய வயதில் ஒரு மகன் இருக்கிறான்—அவனும் கிட்டத்தட்ட ஒரு தொண்டன்தான். யாரேனும் தன் தாயாரை திட்டுவதாக அல்லது மிரட்டுவதாகத் தோன்றினால் இவனும் மிரட்டுவான். பள்ளியில் இரவுகளில் தங்கியதற்காகவும், பையன்களுடன் சேர்ந்து 'சுற்றுவதற்காகவும்' ஆரம்பத்தில் கிராமத்தினர் தம்மை கேலி செய்தனர் என்றார் விஜயலட்சுமி என்ற ஆசிரியை. பெண் ஊழியர்களை கிராமத்தினர் இழிவாகப் பேசுவதும், கிராமத்துக்கே கெட்ட பெயர் உண்டாக்கி விட்டதாகக் குற்றம் சாட்டுவதும் அங்கங்கே நடைபெறுகிறது. ஆயினும் குற்றச் சாட்டுகளைப் பொருட்படுத்தாமல் தமது பணிகளைத் தொடர இந்தப் பெண்கள் பழகிக் கொண்டுள்ளனர். இப்போது ஏராளமான பெண் தொண்டர்கள் இருக்கிறார்கள், சமூகமும் அவர்களை ஏற்றுக்கொண்டுள்ளது.

5

ஏழைகளுக்கு அதிகாரம்

சமூகத்தால் கிடைக்கும் அனைத்து வாய்ப்புகளையும் தாங்களும் பெறும் வகையில் நலிவடைந்த பிரிவினர் கையில் எடுக்கும் போராட்ட ஆயுதமாகவே கல்வி மாறியிருக்கிறது. கல்வி கற்றவராகி, தன்னம்பிக்கையையும் வாழ்க்கை வசதி வாய்ப்புகளையும் பெறுவதன்மூலம் தமது சொந்த வாழ்க்கை மீதான கட்டுப்பாட்டை மீட்டெடுக்கவே தொழிலாளர்கள் கொத்தடிமை முறையை ஏற்கமறுத்தனர்.

இதர என்.ஜி.ஓ.க்களைப் போல மாற்றுக்கல்வி என்னும் சேவை வழங்குவது அல்லது கல்வித் திட்டத்தில் மாறுபட்ட கற்பித்தல் முறைகளை முன்வைப்பது போன்று இல்லாமல், தற்போதைய பள்ளிக் கல்வியை வலுப் படுத்தும் பணியை எம்விஎஃப் மேற்கொண்டிருக்கிறது. இதுவே சமூகமாற்றத்தின் கருவியாகச் செயல்படும் என்றும் எம்விஎஃப் நம்புகிறது. குழந்தை உழைப்புக்கு சிறந்த தீர்வு பள்ளிகளதான் என்று கருதுகிறது—காரணம், குழந்தை பள்ளியில் இருக்கிறது என்றால் அது உழைப்பாளியாக இருக்காது.

இருப்பினும், அனைவருக்கும் கல்வி இன்னமும் கனவாக இருப்பதால், குழந்தைகளை பள்ளியில் சேர்த்து, அவர்கள் அங்கேயே தொடர்வதை உறுதிசெய்யும் முயற்சிகளில் எம்விஎஃப் கவனம் செலுத்தி வருகிறது. இதனையொட்டி பல்வேறு வகையான செயல்தந்திரங்கள் பின்பற்றப்படுகின்றன. ஆசிரியர்கள் வருகையை உறுதிப்படுத்த எம்விஎஃப் ஊழியர்கள் கிராம மக்களைத் திரட்டவேண்டியுள்ளது. சில நேரங்களில் பிரதிநிதிகளை அழைத்துக்கொண்டு மண்டல் வளர்ச்சி அலுவலகம் சென்று முறையிடுகிறார்கள். வேறு சில நேரங்களில் பள்ளிகள் மேலும் சிறப்பாகச் செயல்பட ஊதியத் துடன் கூடிய ஊழியர்களை நியமிக்கிறார்கள். கிராமமும்,

எம்விஎஃப்பும் இந்த ஊதியத்தைப் பகிர்ந்து வழங்குகின்றன. கிராம சமுதாயம் 2 ஊழியர்களை ஆதரித்தால், எம்விஎஃப் மற்ற 2 ஊழியர்களுக்கு ஊதியம் வழங்குகிறது. ஒரு வகையான சமூகப் பங்களிப்பு மற்றும் பள்ளிகள் தம்முடையவை என்ற உணர்வுகூட ஒவ்வொரு கிராமத்தினரிடமும் உருவாகியுள்ளது. இதனால் கல்வி ஊழியர்கள் ஊதியமாகவோ, பள்ளிக் கட்டிட நிதிக்கோ அல்லது சாதனங்கள் வாங்கவோ கிராமத்தினர் நிதி தருகிறார்கள். குடும்பத்துக்கு 5 ரூபாய் என்ற அளவில் சிறிய தொகையாகக் கூட இருக்கலாம். ஆனால், ஒரு ஏழைத்தாய் கூறுவதுபோல, இதன்மூலம் ஒரு ஆசிரியர் பள்ளிக்கு வராத போது ஏன் பள்ளிக்கு வரவில்லை எனக் கேள்வி கேட்கும் உரிமை கிடைக்கிறது. இளைஞர் மன்றம், கிராமப் பஞ்சாயத்து என எந்தக்குழுவும் தொண்டர்களுக்கு ஊதியம் வழங்கலாம். ஏன், அப்பகுதியின் கள் வியாபாரிகள் அல்லது சுண்ணாம்புக் கல் குவாரி ஒப்பந்ததாரர்களிடம் தீர்வை வசூலித்தும் வழங்கலாம்.

பள்ளி மராமத்து பணிகளுக்கோ அல்லது பள்ளி இல்லாத இடங்களில் புதிய கட்டிடம் எழுப்பவோ கிராம சமுதாயமே நிதி திரட்டி பணிகளை நிறைவேற்றிய பல உதாரணங்கள் உள்ளன. முன்னர் பெற்றோர் ஆசிரியர் மன்றம் என அறியப்பட்ட, தற்போதைய பள்ளிக் கல்விக்குழுக்கள் கல்வி அமைப்பின் பங்காளராக சமுதாயத்தை ஆக்குகின்றன. பள்ளிக்கு நிதி திரட்டுவதில் பள்ளிக் கல்விக் குழுக்கள் முக்கியப் பங்காற்ற முடியும் என்பது நிரூபணமாகியுள்ளது. கொத்லாபூர் கிராமத்தில் பள்ளிக்கட்டிடம் கட்ட கள் இறக்குபவர்களும், கள்ளுக்கடை உரிமையாளர்களும் தலா ரூ 1,000 தரவேண்டும் எனப் பள்ளிக் கல்விக் குழுத் தலைவர் ராகி ரெட்டி கோரினார். இதற்கு அவர்கள் மறுத்தபோது, கிராம மக்கள் அவர்களது லாரிகளை மடக்கினர்; பாட்டில் களை உடைத்தனர். கிராம மக்களுக்கு எதிராகக் காவல் துறையில் புகார் கொடுப்போம் என அவர்கள் மிரட்டினாலும், கடைசியில் கேட்டதைக் கொடுத்து விட்டார்கள். கல்விக்குழுத் தலைவர் குறைந்த விலையில் அளித்த நிலத்தில் பள்ளிக் கட்டிடம் கட்டப்பட்டது. கிராம சமுதாயமும், எம்விஎஃப்-ம் கல்வி ஊழியர்களுக்கான ஊதியத்தை வழங்கினர்.

பள்ளியில் ஏற்கனவே அதிகக் குழந்தைகள் உள்ளதால்

மேலும் குழந்தைகளைச் சேர்த்தால் வேலைப்பளு இன்னும் அதிகரிக்கும் என்று கூறி, புதிய குழந்தைகள் சேர்ப்புக்கு பள்ளி ஆசிரியர் எதிர்ப்புத் தெரிவித்தார். மாவட்ட ஆட்சியரே சிபாரிசுக் கடிதம் கொடுத்தாலும்கூட புதிய குழந்தைகளைச் சேர்க்க மறுக்கும் அளவுக்கு தொடக்கத்தில் நிலைமை மோசமாக இருந்தது. இதுபோன்ற நிலைமைகளால் குழந்தைகள் பள்ளிக்கு வராமல் இருந்தனர். கல்வி உதவி ஊழியர்கள் வழங்கியது, புதிய ஆசிரியர்களை விரைவில் நியமிக்கக்கோரி அரசுக்கு நெருக்கடி கொடுத்தது போன்ற நடவடிக்கைகளால் கிராமப் பள்ளி ஆசிரியர் மனநிலை மாறியது. புதிய மாணவர்களைச் சேர்ப்பதில் ஆர்வமற்று இருந்த அந்த ஆசிரியர் இப்போது அதிக பணிச்சுமையை, தமது பங்களிப்புக்கு பிரதிபலனாக நல்ல கல்வியை எதிர்பார்க்கும் கிராம சமுதாயத்தை எதிர்கொள்ளத் தேவையில்லை. இதனால் ஆர்வமுள்ள ஆசிரியராக மாறியதுடன், அவரே முன்வந்து புதிய குழந்தைகளை பள்ளியில் சேர்க்க ஊக்குவிக்கிறார். சில சந்தர்ப்பங்களில், குழந்தைத் தொழிலாளர் முறை மற்றும் குழந்தைத் திருமணத்துக்கு எதிரான ஊழியராகக்கூட மாறுகிறார்.

அரசு ஆசிரியர்கள் ‘பால் கர்மிகா விமோசன வேதிகா’ (பி.கே.வி.வி.) என்ற அமைப்பில் உறுப்பினராக உள்ளனர். இது 1996இல் தொடங்கப்பட்டது. குழந்தைத் தொழிலாளர் குறித்த விழிப்புணர்வை அது ஏற்படுத்தியது. ஆந்திரத்தின் அனைத்து மாவட்டங்களிலும் 2,500 பேர் உறுப்பினர்களாக உள்ளனர். குழந்தைகளின் உரிமைகளைப் பாதுகாப்பதற்கான ஒரு ஆதரவுக் குழுவை பி.கே.வி.வி. உருவாக்கியுள்ளது.

‘பாலம்’ முகாம் என்பது, கொத்தடிமை உழைப்பிலிருந்து விடுவிக்கப்படும் குழந்தைகள் அவர்களின் வயது மற்றும் பருவத்துக்குரிய வகுப்பில் சேர்வதற்கு ஏற்ப அவர்களைத் தயார் செய்வதற்காக எம்விஎஃப் வடிவமைத்துள்ள அமைப்பு ஆகும். அப்படிச் செய்யாமல், குழந்தைகளை நேரடியாகப் பள்ளியில் சேர்த்தால் அவர்கள் பள்ளியில் இருந்து விலகி விடக்கூடிய வாய்ப்புகள் அதிகம். ஏனெனில், தன்னிலும் குறைந்த வயதுக் குழந்தைகள் மத்தியில் இவர்களும் இருக்கத் தயங்குவார்கள். தொடக்கத்தில், கொத்தடிமையிலிருந்து

விடுவிக்கப்படும் ஆண் குழந்தைகளால் கிராமத்தில் ஏற்படும் பதற்றத்தைத் தணிக்கவும், கிராமம் மற்றும் சமூகத்தினரின் பதற்றத்தால் அவர்கள் பாதிக்கப்படாமல் இருக்கவும் அவர்கள் முகாமில் தங்க வைக்கப்பட்டனர். இது மிகவும் பயன் தந்தது.

குறிப்பாக பெண் குழந்தைகளை முகாமில் நீண்டகாலம் வைத்திருந்து பராமரிக்க வேண்டியிருந்தது. ஏனெனில், அவர்களின் குடும்பத்தினரே கல்விக்குப் பழக்கப்பட்டவர்கள் அல்ல, வேலைதான் பழக்கமாகியிருந்தது. எனவே, குடும்பத்தி லிருந்து பிரித்துவைத்தலும், நீண்டகால மறுதகவமைத்தலும் வழங்கப்படுகிறது. இளம் சிறார்கள் மூன்று முதல் ஆறு மாதங்கள் வரை முகாமில் தங்குகிறார்கள். அதன்பிறகு 1 முதல் 5 வகுப்புகளுக்குள் சேர்க்கப்படுகிறார்கள். 12–14 வயதுக் குழந்தைகள் 12 முதல் 18 மாதங்கள் முகாமில் பயிற்றுவிக்கப் பட்டு ஏழாம் வகுப்புத் தேர்வுக்குத் தயார் செய்யப் படுகிறார்கள். அதன்பிறகு முதுநிலைப் பள்ளியிலும், உறைவிட விடுதியிலும் சேர்க்கப்படுகிறார்கள்.

கோடைகால முகாம்கள் மற்றும் பாலம் வகுப்புகள் எம்விஎஃப் திட்டத்தின் முக்கிய அம்சங்கள் ஆகும். இத்தகைய முகாம்களை நடத்துவதற்கு பெரும்பாலும் அரசு மற்றும் சமூக ஆதாரங்களைத் திரட்டுவதில் எம்விஎஃப் புதுப்புது முயற்சிகளை மேற்கொள்கிறது. பயன்படுத்தப்படாத அரசு இடங்களை அடையாளம் கண்டு தற்காலிகமாக அதைப் பயன்படுத்திக்கொள்ள எம்விஎஃப் ஊழியர்கள் அனுமதி கோருவர். நலிவடைந்த சமூகத்தினர் மேம்பாட்டுக்காக அரசால் அறிவிக்கப்பட்டு, வெறும் காகித அளவிலேயே நின்றுபோன திட்டமான கோழிவளர்ப்புத் திட்டத்துக்கு ஒதுக்கப்பட்ட இடத்தில் அலூர் பெண்கள் முகாம் இடம் பெற்றுள்ளது. சிவரெட்டிபேட் பாலம் வகுப்பு முகாம் விகராபாத் தொழிற்பேட்டை அலுவலகத்தில் நடைபெறுகிறது. பயன்படுத்தப்படாத உணவுக்கழக குடோனாக இருந்தாலும் சரி, புதியகட்டிடத்துக்கு மாற்றப்பட்டதால் காலியாக உள்ள கல்லூரிக் கட்டிடமாக இருந்தாலும் சரி, வெறும் கையிலேயே முழம்போடக் கற்றுக் கொண்ட எம்விஎஃப் ஊழியர்கள் கண்களில் இருந்து எதுவும் தப்பமுடியாது.

செவல்லா மண்டல் அலூர் முகாம் பயணம்

இங்குள்ள 280க்கும் அதிகமான பெண்கள் ஒருவருக் கொருவர் கேலியும், கிண்டலுமாக வாழ்கிறார்கள். ஹோலி கொண்டாட்டங்கள் முந்தைய நாள் இரவே தொடங்கி விட்டன. படுக்கையிலிருந்த பெண்கள் தங்கள் முகங்களில் வண்ணங்களால் மீசை போன்றவற்றை வரைந்து கொண்டாட்டங்களில் இறங்கினர். தொட்டி முழுவதும் நீர் நிரப்பப்பட்டிருந்தது. ஆசிரியத் தொண்டர்கள் அவர்களுக்கு வண்ணங்களை வழங்கினர். முகாம் முழுக்க உற்சாகக் கூச்சல்கள். எங்கு பார்த்தாலும் பெண்கள் வாளிகளைத் தூக்கிக்கொண்டு ஒளிந்துகொண்டுள்ள பெண்கள், ஆசிரியர்களைத் தேடிக்கொண்டிருந்தனர். அப்படி யாராவது தெரிந்தால் வண்ணநீரை அவர்கள் மீது வாரி இறைத்தனர். எனக்குத் துணையாக முன்வந்தவர் சந்தியா ராணி என்பவர். முகாமில் சேர்வதற்கு முன்னர் ஒரு மார்வாரி வீட்டில் பல ஆண்டுகளாக வீட்டுவேலை பார்த்துக்கொண்டிருந்தார். அந்த முகாமில் நான் கால் வைத்ததிலிருந்து என்னைக் கவனிக்கும் பொறுப்பை தானாகவே ஏற்றுக் கொண்டார். தெலுங்கிலிருந்து இந்திக்கு மொழிபெயர்ப்பது, தூங்கியபின் போர்த்திவிடுவது, காலையில் எழுந்ததும் சோப்பு டப்பா, டவலுடன் தயாராக இருப்பது, ஏன் இப்போதும் நான் ஹோலிப்பெண்களுக்குப் பயந்து அறையில் பதுங்கியுள்ளபோதுகூட அறையைக் காவல்காப்பது உள்ளிட்ட சகல வேலைகளையும் செய்து வந்தார். எப்போதுமே வேலை பார்த்துப் பழகியவர் என்பதால் இப்போது எனக்கு உதவும் பணியைத் தலை மேல் போட்டுக்கொண்டார். எம்விஎஃப் செயல் திட்டம் பற்றி எழுத நான் மண்டையைக் குழப்பிக்கொண்டிருந்த போது, அவ்வப்போது தலை நிமிர்த்தும் ஒவ்வொரு சமயமும் நினைவிலிருந்து வெடிக்கும் ஆங்கிலச் சொற்களைக் கொட்டுவார். 'நவீன ஒலிம்பிக் போட்டிகளை யார் தொடங்கியது? புருண்டி கபாடிதானே...' (Baron de Coubertin என்ற பெயருக்கு அவருடைய உச்சரிப்பு அது). 'டால்பின்கள் ஏன் நீரிலிருந்து வெளியே வருகின்றன?',

> 'முதலைகள் இரவில் என்ன செய்யும்?' இப்படிக் கேட்பார். அல்லது 'ஜானி, ஜானி யெஸ் பாப்பா' என்று பாடுவார். அந்த ஆங்கிலம் மிகவும் கொச்சையான ஆங்கிலம். டால்பின், ஜானி போன்ற சொற்களை உச்சரிக்கும்போது ஆங்கில அமைப்பு குறைந்து மறக்கமுடியாத கத்திரித் தெலுங்கானா பிரதேசத்தின் நீண்ட உச்சரிப்புகளோடு ஒலித்தது. இருந்தாலும், அப்பெண்ணைப் பொருத்தவரை ஆங்கிலம் பேச முடிந்ததே பெரிய சாதனைதான். எனது குறிப்பேட்டில் அவரது பெயரை வாசிக்க இயன்றது அவருக்கு இன்ப அதிர்ச்சியை அளித்தது. மிகுந்த பெருமையுடன், 'அதோ, மேடம், சந்தியா ராணி' என்று காட்டினார். அந்தப் பெயர் முகாமில் அவர் தமக்குத் தாமே வைத்துக்கொண்ட பெயர். பழைய கசப்பான வாழ்க்கையை மறப்பதற்காக புதிய பெயரை வைத்துக் கொண்டிருக்கலாம். பெயரை மட்டுமல்ல. பிளாஸ்க் ஒன்றினைக் கை தவறி கீழே போட்டதற்காக அவரது எஜமானி போட்ட சூட்டின் வடுவையும் அழித்துவிடவே அவர் விரும்பினார்.

சங்கர்பள்ளி மண்டல் புல்காபுர் கிராமத்துக்கு தனஞ்சய் மேற்கொண்ட விடாமுயற்சியின் விளைவாக ஒரு அறிவியல் மையம் வந்துள்ளது. கலிலியோ, சி.வி. ராமன் போன்ற அறிவியல் மேதைகளின் சுவரொட்டிகள் சுவர்களை அலங்கரிக்கின்றன. பள்ளிகள், முகாம்களிலிருந்து குழந்தைகள் வாடகை வாகனங்களில் அழைத்து வரப்படுகிறார்கள். குடுவைகளில் பதப்படுத்தப்பட்டுள்ள உயிரினங்களும், தொலைநோக்கியும் மையத்தின் முக்கியக் கவர்ச்சியாகும்.

குழந்தைகளைப் பள்ளியில் சேர்ப்பது முதல் இடம் பிடித்தாலும், குழந்தைகளை பள்ளியில் நீடிக்கச் செய்வதும் மிகவும் சவாலான பணியாகும். குழந்தைகள் பள்ளியில் தொடரமுடியாமல் போவதற்கு பணவசதியின்மை காரணம் அல்ல, கல்வி அமைப்பு முறை பற்றி எதுவும் அறியாத, ஏழைப் பெற்றோரின் அறியாமைதான் காரணம். தொடக்கப் பள்ளி நிறைவுசெய்த குழந்தைகள் நடுநிலைப்பள்ளியில் சேராமல் போவதற்குக் காரணம், பழைய பள்ளியிலிருந்து மாறுதல் சான்றிதழ் பெறுவதும், புதிய பள்ளியில் விண்ணப்பப் படிவம் வாங்க வேண்டியதுமாகும். ஏனெனில் இதற்காக மூன்று

அல்லது நான்கு வேலைநாட்களை இழக்க வேண்டியிருக்கிறது. எம்விஎஃப் ஊழியர்கள் இப்பணிகளை மேற்கொண்டு குழந்தைகளுடன் புதிய பள்ளிக்குச் சென்று பள்ளியில் சேர துணைநிற்கிறார்கள். சில நேரங்களில் அனுமதிக் கட்டணமாக சிறிய தொகையை—சுமார் ரூ. 50 வரை கட்டவேண்டியுள்ளது. இதனாலும் பலநேரங்களில் பெற்றோர் வருவதில்லை. சில நேரங்களில் பாடப்புத்தகங்கள் வாங்கமுடியாத குழந்தை களுக்கு எம்விஎஃப் ஊழியர்கள் வாங்கித்தருகிறார்கள்; அக்குழந்தைகளின் போக்குவரத்துக்கும் உதவுகிறார்கள். 1999 பிப்ரவரியில் சங்கர்பள்ளியில் மேற்கொண்ட கணக்கெடுப்பு 500 குழந்தைகள் பள்ளியிலிருந்து நின்று விட்டதாகக் காட்டியது. இளைஞர்கள், எம்விஎஃப் ஊழியர்கள், ஆசிரியர்கள் ஒன்றாகச் செயல்பட்டு 25 நாட்கள் பணியாற்றி 500 குழந்தைகளையும் மீண்டும் பள்ளியில் சேர்த்தனர்.

வறுமையையும் மீறி குழந்தை உழைப்பை ஒழித்து, ஒவ்வொரு குழந்தையையும் பள்ளியில் சேர்ப்பது எவ்வாறு சாத்தியம் என்பதை எம்விஎஃப் திட்டம் காட்டுகிறது. ஏழைப் பெற்றோர் மத்தியில் கல்விக்கான தாகம் அமோகமாக இருப்பதை எம்விஎஃப் புரிந்து வைத்திருக்கிறது. குழந்தைகள் உரிமைகளுக்கு ஆதரவான சமூக விதியைக் கட்டமைக்க அது சமூகங்களைத் திரட்டியது. குழந்தைகளுக்காக அனைத்து சமூகங்களும், ஒட்டுமொத்த கிராமமும் எவ்வாறு அணி திரள்கிறது என்பதைக் காட்டியுள்ளது. ஏழைக் குழந்தைகளை எவ்வாறு மதிக்கவேண்டும், அவர்களை எவ்வாறு பள்ளியில் தக்கவைக்கவேண்டும் என்ற அடிப்படையில் பள்ளியைத் தயார்செய்தது. குழந்தைகளின் கல்வி கற்கும் உரிமை இயக்கத்தை அகிம்சை வழியில் கட்டமைப்பதில் குழந்தைகளுக்கு ஆதரவாக இளைஞர் சக்தியின் ஆற்றலைத் திருப்பிவிட்டது.

6

பெண் குழந்தைக்கு உரிய மதிப்பு

பாலினச் சமத்துவமின்மை என்பது இதர சமத்துவமின்மை களுடன் இணைந்தது. இந்த விஷயத்தில் இந்தியா இன்னும் மோசமாக உள்ளது. 1,000 ஆண்களுக்கு 933 பெண்கள்தான் உள்ளனர். காணாமல்போகும் சிறுமிகள் மற்றும் பெண்கள் என்ற பிரச்சினையின் காரணத்தை ஆராய்ந்தால், பெண் கருச்சிதைவு, பெண் சிசுக்கொலை, பாலியல் பெண் கடத்தல், வரசட்சணைச் சாவு போன்றவை காரணங்களாகத் தெரிய வருகின்றன. இந்தியச் சிறுமிகளில் நான்கில் ஒரு பங்கினர் 15 வயதுக்கு முன் இறந்துவிடுகின்றனர். இதில் மூன்றில் ஒரு பங்கு குழந்தைகள் தமது முதல் பிறந்தநாளைக் கொண்டாடும் முன்னரே இறக்கின்றன. பிரசவத்தின் போது குழந்தை இறப்பு விகிதம் இந்தியாவைப் பொறுத்தவரை ஆண்குழந்தைகளை விட பெண் குழந்தைகள் 20% அதிகமாகும். மேலும், 2006இல் இந்திய அரசு எடுத்த கணக்கெடுப்பின்படி இந்தியாவில் உள்ள பெண் குழந்தைகளில் 45% பேர் 18 வயதாகும் முன்னரே திருமணம் செய்து வைக்கப்படுகின்றனர்.

கிட்டத்தட்ட மூன்றில் இரண்டு பெண்கள் இந்தியாவில் படிப்பறிவற்றவர்கள். 2004இல் எழுத்தறிவு பெற்ற ஆண்கள் விகிதம் 73%. ஆனால், பெண்கள் 48%தான். 100 ஆண்குழந்தை களுக்கு 82 பெண் குழந்தைகள் என்ற கணக்கில்தான் பள்ளியில் சேர்க்கப்படுகின்றனர். 35 மில்லியன் சிறுமிகள் பள்ளிக்கே அனுப்பப்படுவதில்லை. இது இந்தியாவில் உள்ள மொத்தப் பெண்களில் 50%க்கும் அதிகமாகும். பள்ளிக்கு வெளியே உள்ள குழந்தைகளைப் பார்த்தோமானால் பள்ளிக்குச் செல்லாத ஆண் குழந்தைகளைவிட பெண் குழந்தைகள் எண்ணிக்கை மிக மிக அதிகம். 5 முதல் 14

வயதுக்குட்பட்ட குழந்தைகளில் பள்ளிக்குச் செல்லாத சிறார் எண்ணிக்கை 8.5 கோடி. இதில் 60%க்கும் அதிகமானவர்கள் பெண்கள். இதுவே குழந்தைத் தொழிலாளர்களை உருவாக்குகிறது.

பெண் குழந்தைகள் வீட்டிலும், வெளியிலும் வேலை பார்க்க வேண்டியுள்ளது. தண்ணீர் எடுக்கிறார்கள், விறகு பொறுக்குகிறார்கள், சமைக்கிறார்கள், சுத்தம் செய்கிறார்கள், கழுவுகிறார்கள், குழந்தைகளைக் கவனித்துக்கொள்கிறார்கள். இதோடு விவசாயக்கூலிகளாகவும் வேலை பார்க்கிறார்கள். சிலநேரங்களில் அவர்கள் பூச்சிமருந்து நெடியைச் சுவாசிக்க நேர்வதால், தலைவலி, வாந்தி போன்றவற்றால் அவதிப் படுகிறார்கள். பல சிறுமிகள் கல் மற்றும் சுண்ணாம்புக் குவாரிகளில் பணியாற்றுகிறார்கள். இங்கு அவர்கள் தலையில் பெரும் சுமையுடன் 15 அடிக்குக் குறையாத பள்ளத்தில் இருந்து மேலே ஏறவேண்யுள்ளது. சிறிது ஓய்வெடுத்தால் சோம்பேறி என்ற அவப்பெயரும் எச்சரிக்கையும் கிடைக்கும். அவர்கள் குடும்பத்தினரும் ஏற்கெனவே வேதனையில் இருப்பதால் இதை வேறு வழியின்றி ஏற்கநேரிடுகிறது.

ஆந்திரப் பிரதேசம் மிக அதிகமான பெண் குழந்தைத் தொழிலாளர்களைக் கொண்டது. எம்பிராய்டரி, வீட்டுவேலை, பருத்தித் தொழில் ஆகியவற்றில் ஈடுபடுத்தப்படுகிறார்கள். (1991 கணக்கெடுப்பின்படி 16.6 லட்சம் குழந்தைகள் பணியில் ஈடுபடுத்தப்பட்டுள்ளனர்.) இந்தியா முழுவதும் பெண் குழந்தைகள் கடத்தலுக்கான பிரதானச் சந்தையாக ஆந்திரா உள்ளது.

பருத்தி விதைப் பண்ணைகளே பெண் குழந்தைகளுக்கு பெருமளவில் வேலை அளிக்கின்றன. பருத்திவிதைப் பண்ணை களில் வேலைபார்க்கும் தொழிலாளர்களில் பெண் குழந்தைகள் குறித்த கணக்கெடுப்பை 1998இல் எம்விஎஃப் மேற்கொண்டது. அதில் பெண் குழந்தைகள் மாதத்துக்கு 29.4 நாட்கள் கூலி உழைப்பில் ஈடுபடுவதும், பெண்கள் 22.4 நாட்களும், ஆண்கள் 18.6 நாட்களும் உழைப்பில் ஈடுபடுவதும் கண்டறியப்பட்டது. மேலும், மாதக் குடும்ப வருவாயில் பெண் குழந்தைகளின் பங்கு 28.7%, வயதுவந்த பெண்களின் பங்கு 28.3%, வயதுவந்த ஆண்களின் பங்கு 42.8% எனபதும் தெரிய வந்தது. முன்பெல்லாம், ஆண்குழந்தைகளுக்கே முன்பணம்

கொடுத்து கொத்தடிமைகள் ஆக்கப்பட்டுவந்தனர். ஆனால், இப்போது தாம் பெற்ற கடனுக்கு ஈடாக சிறுமிகளையும் கொத்தடிமைகளாக்கும் பழக்கம் மிகப்பரவலாக உள்ளது. பருத்திவிதைப் பண்ணைத்தொழில் லாபம் கொழிக்கும் தொழிலாகும். இது முதலில் ரங்காரெட்டி மாவட்டத்தில் தொடங்கப்பட்டது. இதில் ஈடுபட்டுள்ள கடலோர ஆந்திர விவசாயிகள் பெண் குழந்தைகளைக் கொத்தடிமைகளாக வேலைக்கு வைத்து சுரண்டினர்.

பரிகி மண்டல் பெண் குழந்தைத் தொழிலாளர்களுக்கு பேர் பெற்ற பகுதியாகியது. சாக்லேட், பிஸ்கட் கொடுத்து ஏமாற்றுவது, சினிமாவுக்கு அழைத்துப் போவது என்ற பெயரால் சிறுமிகள் ஏமாற்றப்பட்டனர். இங்கு எம்விஎஃப் பாலம் முகாம்களை தொடங்கியதைக் கேள்விப்பட்ட உடனே, குழந்தைகளின் பெற்றோருக்கு வழங்கிய முன்பணத்தை பண்ணையார்கள் அதிகப்படுத்தி, கல்வியால் கவரப்படும் குழந்தைகள் முகாமில் சேருவதைத் தடுக்கப்பார்த்தனர். இருந்தபோதும், பூச்சிமருந்து விஷத் தாக்குதல் போன்ற சில கொடூரமான சம்பவங்கள் ஏற்பட்டதால் குழந்தைகளும், பெற்றோரும் உணர்வு பெற்றனர். மேலும், எம்விஎஃப்-ம் இப்பிரச்சினை குறித்த விழிப்புணர்வினை வீதி நாடகங்கள் போன்ற பிரச்சாரம் மூலம் ஏற்படுத்தியிருந்தது.

வசுந்தரா, தற்போது பரிகி பாலம் முகாமில் சேர்ந்துள்ள சிறுமி. அவள் முன்னர் பருத்திப் பண்ணைகளில் தினசரி 15 ரூபாய் கூலிக்கு களையெடுத்தல், பருத்தி பறித்தல் போன்ற வேலைகளில் ஈடுபடுத்தப்பட்டு வந்தாள். அவள் சிறுமியாக இருக்கும்போதே திருமணம் செய்துவைக்க பெற்றோர் முடிவு செய்தனர். அப்போது ஒரு ஊழியர் மூலம் எம்விஎஃப் பற்றி வசுந்தரா அறிந்தாள். முகாமில் சேர்ந்து படிக்கவிரும்புவதாகக் கூறினாள். இதைப் பெற்றோர் ஏற்காததால் சாப்பிடாமல் உண்ணாவிரம் இருந்து பிடிவாதம் காட்டி அவள் முகாமில் சேரமுடிந்தது. செவல்லா மண்டல் தங்கடபள்ளி கிராமத்தைச் சேர்ந்த சிறுமி ஈஸ்வரம்மாவும் விவசாயக் கூலித் தொழிலாளி. இவளுக்கு திருமணம் செய்ய பெற்றோர் முயன்றபோது, அங்கிருந்து தப்பிவந்து முகாமில் சேர்ந்தாள். இவர்களைப் போன்ற சிறுமிகள் இதைச் செய்ய முடிந்ததற்குக் காரணம், குழந்தை உரிமைகளுக்கு ஆதரவான சூழல் உருவானதுதான்.

பல்வேறு ஆதரவாளர்கள், நிதியாளர்களுடன் தொடர்ந்து பணியாற்றியதன் மூலம், மான்சன்டோ, புரோ அக்ரோ, இந்துஸ்தான் லீவர், யூனிலிவர், சின்ஜென்ட்டா, எமெர்ஜெண்ட் ஜெனடிக்ஸ், பேயர் போன்ற பன்னாட்டு நிறுவனங்களை பேச்சுவார்த்தை மேசைக்கு எம்விஎஃப் கொண்டுவந்தது. தமது பருத்தி விதைப் பண்ணைகளில் குழந்தைத் தொழிலாளர்கள் அறவே பயன்படுத்தப்படவில்லை என்று சான்றிதழ் அளிக்கும்படியும், தமக்குக் கீழே உள்ள விவாசாயிகளும் இதை உத்தரவாதப்படுத்த வலியுறுத்த வேண்டும் என்றும் அப்போது பன்னாட்டு நிறுவனங்கள் கேட்டுக்கொள்ளப்பட்டன. பருத்தி விவசாயத்தில் கொத்தடிமைகளைப் பயன்படுத்தக்கூடாது என்பதில் பன்னாட்டு நிறுவனங்களுக்கு உண்மையான ஆர்வம் இல்லை என்பதை எம்விஎஃப் கண்டுகொண்டதால் இத்தகைய பேச்சுவார்த்தைகளில் இருந்து எம்விஎஃப் பின்னர் விலகிக் கொண்டது.

எம்விஎஃப் மேற்கொண்ட பெண்குழந்தைகள் உரிமைகள் பாதுகாப்புத் திட்டம், அனைவருக்கும் அடிப்படைக் கல்வியை முன்னிறுத்துவதன் மூலம் குழந்தை உழைப்பை அகற்றும் திட்டத்திலிருந்து உருவானது. 13 முதல் 17 வயதுக்குட்பட்ட நூற்றுக்கணக்கான பெண்கள் தம் உரிமைகளுக்கான போராட்டங்களில் இணைந்தனர். கல்வி கற்கும் உரிமை, குழந்தைத் திருமண ஒழிப்பு ஆகியவை அவற்றில் முக்கிய அம்சங்கள். சுதந்திர தின, குடியரசு தின கொண்டாட்டங் களில் வழக்கமாக பெண்குழந்தைகள் விலக்கிவைக்கப்படு வதற்கு மாறாக சுமார் 250 கிராமங்களில் குடியரசு தினத்தன்று பெண் குழந்தைகளைக் கொண்டு தேசியக்கொடி ஏற்றப் பட்டது சிறப்பம்சமாகும். இக்குழந்தைகள் விரைவிலேயே ஆர்வமுடன் செயல்படத் தொடங்கியதுடன், மக்கள் மத்தியிலும் அறிமுகம் பெற்றனர்.

இன்று, குழந்தைத் தொழிலாளர் பிரச்சினையையும் கடந்து, பாலின சமத்துவம், சமூகநீதி ஆகியவற்றை நோக்கி எம்விஎஃப்-இன் அக்கறைகள் விரிவடைந்துள்ளன. இங்கும் கூட, மக்களின் தேவைகளிலிருந்தே இந்த அக்கறைகளும் எழுந்துள்ளன. குழந்தை உழைப்பு—குறிப்பாக கொத்தடிமைக் குழந்தைகள்—பிரச்சினையிலேயே தொடக்கக் காலங்களில்

எம்விஎஃப் குறிப்பாக கவனம் செலுத்தியது. இப்பகுதிகளில் குழந்தைத் திருமண வழக்கம் பரவலாக இருந்தது. எனவே, முகாம்கள், பள்ளிகளைச் சேர்ந்த குழந்தைகள் தம்மைக் குழந்தைத் திருமணத்திலிருந்து பாதுகாக்கும்படி அவ்வப்போது கோரினர். இதனால், எம்விஎஃப் திட்டத்தில் குழந்தைத் திருமண ஒழிப்பு இல்லையென்றாலும்கூட, எம்விஎஃப் தொண்டர்கள் இப்பிரச்சினைகளைக் கையிலெடுக்க வேண்டி இருந்தது. எனவே இந்தப் பிற்போக்கான பழக்கத்துக்கு எதிரான செயல்திட்டத்தை வகுக்க வேண்டியிருந்தது.

குழந்தைத் திருமணம் என்பது கலாசார நடைமுறையாக இருப்பதால், அதை மாற்றுவது என்பது குழந்தை உழைப்பை அகற்றுவதைவிடச் சிக்கலான பிரச்சினையாகும். குழந்தைகள் விஷயம் தமது சொந்த விவகாரம், எனவே வெளியாட்கள் இதில் தலையிட முடியாது எனப் பெற்றோர் கருதுவதால், பண்ணையார்களை எதிர்ப்பதைவிட, பெற்றோரை எதிர்ப்பது கடினமாகும். முதலில், ஏதாவது ஒரு பெண் குழந்தை தம்மிடம் வந்து தமது திருமணத்தைத் தடுத்து நிறுத்தும்படி முறையிட்டால், எம்விஎஃப் தொண்டர்கள் இப்பிரச்சினையில் தலையிட்டனர். இங்கும், போலீசில் புகார் செய்வதற்குப் பதிலாக பெற்றோர் மனதை மாற்றுவதில்தான் கவனம் தரப்பட்டது. பிறகு, இளைஞர் குழுக்கள் அப்பகுதியில் குழந்தைத் திருமண வாய்ப்புகளை ஆய்வுசெய்து, பட்டியலிட்டு மண்டல் வளர்ச்சி அதிகாரியிடம் அளித்தனர். குழந்தைத் திருமணம் செய்தால் தண்டனை கிடைக்கும் என்ற எச்சரிக்கையே பெரும்பாலான பெற்றோரை மாற்றப் போதுமானதாக ஆனது.

இப்பிரச்சினை தொடர்பான விழிப்புணர்வை ஏற்படுத்த பெண்குழந்தைக் கமிட்டிகளும், அன்னையர் கமிட்டிகளும் அமைக்கப்பட்டன. பள்ளிகளில் பயிலும் சிறுமிகள் திருமணத்துக்கு வலியுறுத்தப்படுவதை பெண் குழந்தைகள் குழுக்கள் கண்காணித்தன. திருமணத்துக்கு வற்புறுத்தப்படும் பெண் குழந்தையின் தாயிடம் சென்று, குழந்தைத் திருமணத்தால் உடல் நிலை எவ்வாறு பாதிக்கப்படும் என்பதை எடுத்துக் கூறி தடுத்து நிறுத்தும் பணியில் அன்னையர் குழுக்கள் ஈடுபடுகின்றன. இப்பிரச்சினையில் விழிப்புணர்வுப் பணியில் ஈடுபட்டுள்ள டபிள்யூ.சி.ஆர்.ஏ.

குழுக்களில் இருந்து அன்னையர் குழுக்கள் வேறுபட்டவை.

*1998–99*இல் எம்விஎஃப் அளித்த புகார்களின் அடிப்படையில் காவல்துறை எடுத்த நடவடிக்கைகளின் விளைவாக குழந்தைத் திருமண தடுப்புச் சட்டத்தின்கீழ் *19* திருமணங்கள் நிறுத்தப்பட்டன. எம்விஎஃப் மற்றும் சமுதாய நெருக்கடிகள் காரணமாகத் தள்ளிவைக்கப்பட்ட திருமணங்கள் இதில் சேர்க்கப்படவில்லை. சட்டப்படியான திருமண வயதுக்கு வராத தங்கள் குழந்தைகளின் திருமணத்துக்கு அனுமதிகோரி எம்விஎஃப் அலுவலகம் வந்த இரு பெற்றோரை நான் நேரடியாகக் கண்டேன். சங்கர்பள்ளி முகாம் அலுவலகத்தில் ஒரு முறையும், பரிகி மண்டல் சையத் மால்காபுர் கிராம கிளஸ்டர் கூட்டத்தில் ஒருமுறையும் இத்தகைய பெற்றோரைச் சந்தித்தேன். சிறுமியின் பாட்டி மரணப்படுக்கையில் இருக்கிறார்; சாவதற்குள் தனது பேத்தியின் திருமணத்தைக் காண விரும்புகிறார் என்று ஒரு பெற்றோர் கோரினர்; திருமண ஏற்பாடுகள் நடந்து பாத்திர, பண்டங்கள், துணிமணிகள் எல்லாம் வாங்கியாகி விட்டது, இப்போது திருமணம் நடக்காதுபோனால், பெண்ணுக்கு ஏதோ குறை இருக்கிறது என்று கருதப்படலாம், இனி எப்போதும் திருமணம் நடக்காமல் போய்விடலாம் என்பது மற்றொரு பெற்றோரின் கருத்தாக இருந்தது.

குழந்தைத் திருமணத்தைத் தடுப்பதில் சில நேரங்களில் எம்விஎஃப் தொண்டர்களால் வெற்றிபெற முடிவதில்லை. திருமணத்தை வேறு ஒரு கிராமத்துக்கு மாற்றுவது, திருமணச் சிறுமியை மறைத்து வைப்பது போன்ற பல விதமான தந்திரங்களையும் பெற்றோர் கையாள்கிறார்கள். பரிகி மண்டல் காலாபுர் கிராமத்தில் மூன்று சிறுமிகளுக்கு திருமணம் நிச்சயிக்கப்பட்டிருந்தது. பெண் குழந்தைகள் குழுவினர் அவர்கள் வீட்டுக்குச் சென்றபோது, சிறுமிகளுக்கு புடவை கட்டிவிட்டு வயதுக்குவந்த பெண்போல் காட்டினர். குழந்தைகள் உரிமை பாதுகாப்பு அமைப்பு அச்சிறுமிகளின் புகார் மனுக்களை காவல்துறையிடம் அளித்தது. இது குறித்து மாவட்ட ஆட்சியரிடமும் முறையிடப்பட்டது. ஆனால், அச்சிறுமிகளின் பெற்றோர் காவல்துறையினரைக் கைக்குள் போட்டுக்கொண்டு, வயதுவந்த வேறு மூன்று பெண்களை அழைத்துவந்து அவர்கள்தான் மணப்பெண்கள் என்றுகூறி

ஆட்சியர் சம்மதம் பெற்றனர். எம்விஎஃப்-க்குக் கெட்டபெயர் ஏற்படுத்துவதே நோக்கம். இதனால் துவேசம் எழுந்ததைத் தொடர்ந்து எம்விஎஃப் அலுவலகம் 2 நாட்கள் மூட வேண்டிய நிலை ஏற்பட்டது.

பரிகி முகாம் ஆசிரியை வாணி, தனது முகாமில் சேர்ந்துள்ள அஞ்சம்மா என்ற பெண்ணின் கதையை நினைவு கூர்ந்தார்: எம்விஎஃப் தொண்டர்கள் நடத்திய தெரு நாடகத்தால் கவரப்பட்டு அஞ்சம்மா எம்விஎஃப் முகாமில் சேர்ந்து படித்து வந்தாள். அவளது சகோதரர்கள் அவரை அழைத்துச் சென்று கட்டாயத் திருமணம் செய்து வைத்து விட்டனர். அவளது கணவர் மிகவும் குரூரமானவர். அடித்து உதைத்து சித்ரவதை செய்திருக்கிறார். ஒருகட்டத்தில் அஞ்சம்மா தற்கொலைக்கும் முயன்றார். ஒருநாள் பொறுமையிழந்த அஞ்சம்மா தன் கணவன் வீட்டைவிட்டு ஓடிவந்து எம்விஎஃப் முகாமில் அடைக்கலமானாள். அவள் தனது பெற்றோரிடமும் திரும்ப விரும்பவில்லை. எனவே, அவளைத்தேடி அவளது சகோதரர்கள் வந்தபோது எம்விஎஃப் ஊழியர்கள் அஞ்சம்மாளை மறைத்து வைத்துவிட்டு இல்லையென்று கூறிவிட்டனர். அவரது சகோதரர்கள் மீண்டும் தமது படைகளுடன் வந்து தகராறு செய்தபோது கிராமத் தலைவரிடம் எம்விஎஃப் ஊழியர்கள் முறையிட்டனர். பத்து கிராமத் தலைவர்களைக் கொண்ட கூட்டம் ஏற்பாடு செய்யப்பட்டது. அக்கூட்டத்தில் அஞ்சம்மாளின் விருப்பம் என்னவென்று கேட்டு முடிவு அறிவிக்கப்பட்டது. இதைத் தொடர்ந்து அவளது கணவன் வீட்டாரை சமாதானப்படுத்தி திருப்பி அனுப்பினர். அஞ்சம்மாள் முகாமுக்குத் திரும்பினார். ஆயினும், அவர் எப்போது வீட்டுக்குச் சென்றாலும், அவளைச் சமாதானப்படுத்தி கணவன் வீட்டுக்கு அனுப்பிவைக்க அவளது பெற்றோர் வற்புறுத்துகின்றனர்.

இதேபோல, தொண்டபள்ளி கிராமத்தைச் சேர்ந்த யாடம்மா என்ற சிறுமியும் கட்டாயத் திருமணத்தை ஏற்காமல் எம்விஎஃப் முகாமுக்கு ஓடிவந்தவள். முகாமிலிருந்து ஒருமுறை பெற்றோரைப் பார்க்கச்சென்றபோது பெற்றோர் திருமணத்துக்கு கட்டாயப்படுத்தவே, யாடம்மா தனது உடலில் மண்ணெண்ணெய் ஊற்றி தீவைத்துக்கொண்டாள். உடனடியாக அவரது அம்மா தீயை அணைத்துவிட்டதால்

தற்கொலை முயற்சியில் இருந்து தப்பினாள். அதன்பிறகு யாடம்மாவின் போக்கில் பெற்றோர் தலையிடுவதில்லை. அவளும் தன் விருப்பப்படி முகாமுக்குத் திரும்பிவிட்டார்.

மார்பள்ளி மண்டல் மோகிளிகுண்ட்லா கிராமத்திலிருந்து ஒரு சிறுமி தனக்குக் கட்டாயக் கல்யாணம் செய்துவைக்க முயல்வதைத் தடுக்குமாறு முறையிட்டாள். நிச்சயதார்த்தம் நடைபெறும் நாளில் தொண்டர்கள் கிராம சபையைக் கூட்டினர். அதில் கலந்துகொள்ளும்படி மாப்பிள்ளை வீட்டைச் சேர்ந்த நூறுபேரும் அழைக்கப்பட்டனர். நான்கு மணிவரை விவாதம் நடந்தது. இதனால் விரக்தியடைந்த மாப்பிள்ளை வீட்டார் தம் கிராமத்துக்கே திரும்பிவிட்டனர்.

குழந்தைத் திருமணத்துக்குத் தள்ளப்படும் குழந்தைகளின் பெற்றோர் மேற்கொள்ளும் சூழ்ச்சிகள், தந்திரங்களையும் ஊழியர்கள் சந்திக்க வேண்டியிருக்கிறது. பரிகி முகாமைச் சேர்ந்த நிர்மலா, லட்சுமி ஆகிய இரு ஆசிரியைகளும் மேடிகொண்டா கிராமத்தின் அம்ருதாவுக்கு நேர்ந்ததை நினைவுகூர்ந்தனர். அம்ருதாவின் பெற்றோர் திருமணத்துக்கு வற்புறுத்தியதால் முகாமுக்கு ஓடிவந்தவள். அவளை அழைத்துச் செல்ல வந்த அவளது சகோதரரிடம் ஊழியர்கள் நட்புடன் பேசி, அவருக்கு மதியச் சாப்பாடு போன்றவைகள் வழங்கி அச்சிறுமி முகாமிலேயே தங்கியிருக்க சம்மதம் பெற்றனர். ஆனால், அவளது குடும்பத்தார், அச்சிறுமியின் தாயார் தற்கொலைக்கு முயன்றதாகப் பொய்ச்செய்தியைப் பரப்பினர். சிறுமி அதற்கும் அசரவில்லை. இதன்பிறகு தாயார் தன் மகளைப் பார்க்க முகாமுக்கு வந்தபோது நோய்வாய்ப் பட்டதுபோல நடித்து பெண்ணை வீட்டுக்கு அழைத்துச் செல்ல முயன்றார். அச்சிறுமி பெற்றோருடன் செல்ல மறுத்து விட்டாள். அதன்பிறகு, தனது மகளுக்குப் பைத்தியம் பிடித்து விட்டது என்றும் அதனால்தான் அவளுக்கு வைத்தியம் பார்க்க தனது வீட்டுக்கு அழைத்துச் செல்லவிரும்புவதாகவும் வதந்தியைப் பரப்பினர். இதுவும் பலிக்காததால் உள்ளூர் சட்டமன்ற உறுப்பினரை சந்தித்து இதில் தலையிடுமாறு கோரினார். ஆனால், சட்டமன்ற உறுப்பினரோ அச்சிறுமி முகாமில் தங்கிப் படிப்பதுதான் சரி என்று அறிவுரை செய்து அனுப்பிவிட்டார்.

ரங்கா ரெட்டி மாவட்டம், பந்தாராம் மண்டல்

பொம்பள்ளி கிராமத்தில் ஆறாம் வகுப்பு படித்துவந்த 13 வயதுச் சிறுமி சித்தம்மாவுக்கு கடந்த 2004 பிப்ரவரியில் திருமணம் நிச்சயிக்கப்பட்டதால் அவள் பள்ளிப்படிப்பைக் கைவிட வேண்டியதாயிற்று. குழந்தை உரிமை பாதுகாப்பு அமைப்பினரும் மற்றவர்களும் அவளது தந்தையைச் சமாதானம் செய்ய முயன்றும் பலனில்லை. ஆனால், சித்தம்மா மட்டுமல்ல அவளது தாயும் இந்தக் குழந்தைத் திருமணத்துக்கு சம்மதிக்கவில்லை. 2005 ஜூனில் கட்டாயத் திருமணம் நடந்தது. 2005 ஜூலை 10 அன்று பருத்தி செடிகளுக்காக வைத்திருந்த பூச்சிக்கொல்லி மருந்தைக் குடித்துவிட்டாள். தண்டூர் மருத்துவமனையில் அனுமதிக்கப்பட்டு, அதிர்ஷ்ட வசமாக உயிர்பிழைத்து சிகிச்சைக்குப்பின் அவள் வீடு திரும்பினாள். கணவர் வீட்டுக்கு அனுப்பப்பட்ட சித்தம்மா மீண்டும் தற்கொலை முயற்சியில் இறங்கினாள். இம்முறை சித்தம்மா இறந்துவிட்டதாக அவரது பெற்றோருக்கு கணவன் வீட்டார் தந்தி அடித்து வரவழைத்தனர். அலறியடித்து ஓடிவந்த பெற்றோர் சித்தம்மா உயிருடன் இருப்பதை அறிந்து மகிழ்ந்தனர். ஆனால், திருமணச் செலவு முப்பதாயிரம் ரூபாயைக் கொடுத்துவிட்டு சித்தம்மாவை அழைத்துச் செல்லுங்கள் அல்லது அதற்குப் பதில் சித்தம்மாவின் தாயார் ஆயுள் முழுவதும் தம் வீட்டில் வேலைசெய்யவேண்டும் என்று கணவன் வீட்டார் மிரட்டினர். எம்விஎஃப் மற்றும் குழந்தை உரிமை பாதுகாப்பு அமைப்பினர் கங்கனப்பள்ளி கிராமத் தலைவரிடம் பேசி இறுதியாக அச்சிறுமியை பெற்றோர் வீட்டுக்கு அழைத்து வந்தனர். ஆனாலும், கணவன் வீட்டுக்குப் போய்விடும்படி அவளது தந்தை மீண்டும் வற்புத்திவந்தார். சித்தம்மா படிக்க வேண்டுமென்று விரும்பியதால், வீட்டில் சொல்லாமல் ஆலூர் எம்விஎஃப் முகாமுக்கு வந்து பாலம் வகுப்பில் சேர்ந்தாள். பின்னர் தசரா விடுமுறையின்போது சித்தம்மா வீட்டுக்குச் சென்றபோது அவரை வீட்டில் சேர்க்கவில்லை. சொல்லாமல் ஓடியதாகக்கூறி அடித்தனர். அங்கிருந்து தனது தாத்தா வீட்டுக்கு ஓடினாள். அதேநேரத்தில், சித்தம்மா வந்துள்ளதை அறிந்த அவளது கணவர் வீட்டார், சித்தம்மாவைப் பின்தொடர்ந்து சென்று மடக்கி, திருமணச் செலவை கொடு; இல்லாவிட்டால் என்னோடு வா என்று மிரட்டியுள்ளனர். அச்சிறுமி அவர்களோடு செல்ல மறுத்து

விட்டாள். இத்தருணத்தில் எம்விஎஃப்பும், குழந்தை உரிமை பாதுகாப்பு அமைப்பினரும் நடவடிக்கையில் இறங்கினர். தொடர்ந்து அச்சிறுமியை துன்புறுத்தினால் காவல்துறையிடம் புகார் செய்வோம் என்று எச்சரித்தனர். அதேபோல காவல் துறை துணை ஆய்வாளரும் அச்சிறுமியை விட்டுவிடும்படி அறிவுறுத்தினார். இல்லையென்றால் வழக்குப்பதிவுசெய்து கைது செய்ய நேரிடுமென எச்சரித்தார். இதைத்தொடர்ந்து கிராம பஞ்சாயத்து கூட்டப்பட்டு, தனது கணவர் மறு திருமணம் செய்துகொள்ள சம்மதிப்பதாக எழுதித்தரும்படி கோரியுள்ளனர். குழந்தை உரிமை பாதுகாப்பு அமைப்பினரும் எம்விஎஃப்பினரும் அவ்வாறு எழுதித்தரமுடியாது எனத் தெளிவாகக் கூறிவிட்டனர். அச்சிறுமி தனது கல்வியை முடித்ததும் கணவர் வீட்டுக்குத் திரும்பிவிடுவாள் என்றனர். சித்தம்மா அலூர் முகாமுக்குத் திரும்பினாள்.

குழந்தைத் திருமணம் பற்றிய விழிப்புணர்வை பொது மக்கள் மத்தியில் ஏற்படுத்துவதில் ‘பெண்ட்லிக்கெந்துக்கு தொந்தாரா’ (திருமணத்துக்கு ஏன் அவசரம்) என்ற வீதிநாடகம் மிகுந்த பலனளித்தது. இந்த நாடகத்தைப் பார்த்தபின் ஏராளமானோர் குழந்தைத் திருமணத்தின் பிரச்சினைகள்பற்றி உணர்ந்தனர். அத்துடன், வயதுக்கு வராத குழந்தைகளுக்குத் திருமணம் செய்வதில்லை என்றும் உறுதிபூண்டனர். இந்த நாடகம் பல்லாயிரக்கணக்கான மக்களைச் சென்றடைந்தது. இதில் இடம்பெற்ற ஒரு கதாபாத்திரம் மக்களைப் பெரிதும் கவர்ந்தது. குழந்தைத் திருமணத்துக்குப் பலியான ஒரு சிறுமி தனது சிந்தனைத் திறனை இழக்கிறாள். இந்தக் கதா பாத்திரத்தின் துயரத்தைக் கண்டு மக்கள் கண்ணீர் வடித்தனர்.

மற்றொரு வளர்ச்சிப்போக்காக, குழந்தைத் திருமணத்தைத் தடுக்கும் நோக்குடன், திருமணங்களை நடத்தி வைக்கும் பூசாரிகள், பாதிரியார்கள் போன்றவர்களைச் சந்தித்து ஊழியர்கள் பேசினர். திருமணத்தை முடிவுசெய்யும் முன்னதாக மணமக்களின் வயதை உறுதிசெய்யும்படி அவர்களிடம் கேட்டனர். மணமக்களில் யாராவது ஒருவர் மைனர் (18 வயது நிரம்பாதவர்) என்பது தெரியவந்தால் திருமணத்தை உடனே நிறுத்தும்படி கேட்டுக்கொள்ளப் பட்டனர். 18 வயது நிரம்பாதவர்களுக்குத் திருமணம் செய்து வைத்த குடும்பத்தைச் சேர்ந்த உறுப்பினர்களுக்கு சுய

உதவிக்குழு கடன் தருவதில்லை என்று செவல்லா மண்டல் கம்மட்டா கிராம சுய உதவிக்குழு முடிவு செய்தது. குழந்தைத் திருமணத்துக்கு எதிரான விழிப்புணர்வு ஏற்படுத்தும் வகையில் செவல்லா மண்டலில் 300க்கும் அதிகமானவர்கள் கைகளில் ஜோதி ஏந்தி பிரமாண்டமான பாதயாத்திரையை மண்டல் முழுவதும் மேற்கொண்டனர். மற்றொரு சுவாரஸ்யமான சம்பவம் மோமின்பேட் மண்டல் வேல்ச்சல் கிராமத்தில் நடந்தது. ஒரு சிறுவன் விடுமுறைக் காலத்தில் மாடுகலை மேய்த்துக் கொண்ருந்தான். அப்போது ஒரு கிழவனார் அச்சிறுவனிடம் 'என்னப்பா நீ கல்யாணம் செய்து கொள்ளப் போகிறாயா?' என்று கேட்டார். இதைக் கேட்ட அச்சிறுவன் கலகலவெனச் சிரித்தான். ஏனப்பா சிரிக்கிறாய் என்று கேட்டார். 'தாத்தா, 18 வயது நிறையாமல் கல்யாணம் செய்தால் ஜெயில்தான் என்பது உங்களுக்குத் தெரியாதா?' என்று அச்சிறுவன் கேட்டான்.

இதே மண்டலைச் சேர்ந்த தேகுலாபள்ளி கிராமத்தில் மற்றொரு சம்பவம் நடந்தது. முன்கூறிய தெரு நாடகத்தைப் பார்த்த கிராமத்தினர் சிலர் அக்கிராமத்தில் 8ஆம் வகுப்புச் சிறுமிக்கு நடக்கவிருந்த குழந்தைத் திருமணத்தைத் தடுத்தனர். இதேபோல் மோமின்பேட் மண்டலில் மற்றொரு திருமணமும் தடுத்து நிறுத்தப்பட்டது. சித்தம்பள்ளி கிராம பள்ளிக்கல்விக் குழூத்தலைவர் இந்த நாடகத்தைப் பார்த்ததால் தன் சொந்த மகளின் திருமணத்தையே நிறுத்தி விட்டார்.

மோமின்பேட் மண்டலின் அனைத்து குழந்தை உரிமை பாதுகாப்பு அமைப்பின் உறுப்பினர்களுக்கும் குழந்தைத் திருமணச் சட்டத்தின் நகல்கள் அளிக்கப்பட்டுள்ளன. விகாராபாத் மண்டல் அட்டிவெள்ளி கிராமத்தில் குழந்தைத் திருமணத்தின் கொடுமை குறித்த குறுநாடகம் 'வெண்ணிலா' நடத்தப்பட்டது. அதைத் தொடர்ந்து குழந்தைத் திருமணத்தை ஒழிக்கக்கோரும் பேரணி நடைபெற்றது. உள்ளூர் முக்கியப் பிரமுகர் ஜெய்னுதீன் தலைமையில் இந்நாடகத்தில் நடித்த 20 குழந்தைகள் இடம்பெற்றனர். அனவருக்கும் பேனாக்களும், இனிப்புகளும் அவர் வழங்கினார். இந்நாடகத்தைப் பார்த்த அனைவரும் நாடகத்தில் வரும் சம்பவங்களைத் தமது அன்றாட வாழ்க்கையோடு பொருத்திப்பார்க்க முடிந்தது. குழந்தைத் திருமணத்தால் நேரும் பாதிப்புகளை உணர்ந்த

அவர்கள் தம் வீடுகளில் குழந்தைத் திருமணங்கள் நேராது என உறுதி கொண்டனர். மருத்துவமனையில் பிரசவம் பார்ப்பதன் அவசியம், கர்ப்பிணிப்பெண்களின் ஊட்டச் சத்தின் முக்கியத்துவம் ஆகிய அம்சங்களும் நாடகத்தில் வலியுறுத்தப்பட்டன. இந்த நாடகத்தைப் பார்த்தபின்னர், கருவுற்ற பெண்கள் மருத்துவமனைகளுக்குச் செல்வது அதிகரித்தது. மருத்துவ ஆயாக்களும் துணை சுகாதார மையங்களுக்கு வரத் தொடங்கினர். சமுதாயக் கூட்டங்களில் கலந்து கொள்வோரின் எண்ணிக்கையும் அதிகரித்தது.

இந்நாடக அரங்கேற்றங்களைத் தொடர்ந்து பேரணிகள் ஏற்பாடு செய்யப்பட்டன. ஜோதி ஓட்டங்களில் கலந்து கொண்ட இளைஞர்கள் குழந்தைத் திருமணங்களை ஏற்க மாட்டோம், குழந்தைத் திருமண நடைமுறையை ஒழிப்போம் என உறுதியேற்றனர். மைலார்தேவராம்பள்ளியில் இது குறித்து எழுத்துப் பூர்வமான தீர்மானம் வரையப்பட்டது. இந்த நிகழ்ச்சியின்போது, கிராம பஞ்சாயத்தின் தலைவராக இருந்த பெண், சில குடும்பத்தினருக்கு எச்சரிக்கையும் வழங்கினார். குழந்தைத் திருமணத்துக்கு எதிராகப் பிரச்சாரம் செய்வதற்கு, கிராமத்துக்கு 2 உறுப்பினர்கள் வீதம் மண்டல அளவில் 10 கிராமங்களிலிருந்து உறுப்பினர்களைச் சேர்த்துக் குழு அமைக்கும் திட்டம் உள்ளது. மார்பள்ளி மண்டலில் 11 கிராமங்களில் வெண்ணிலா நிகழ்ச்சி வெற்றிகரமாக நடத்தப் பட்டது. 15 பேர் ஜோதி ஏந்தியபடி குழந்தைத் திருமணத்துக்கு எதிராகப் பேரணி சென்று ஒவ்வொரு குழந்தைக்கும் வாழும் உரிமை உள்ளது என்பதைக் கூறினர். பேரணிகளில் மொத்தம் 2,300 பேர் கலந்துகொண்டனர். ஒவ்வொரு பேரணிக்கு முன்பும் நாடகம் நடந்தது. கிராம பஞ்சாயத்து உறுப்பினர்கள், குழந்தை உரிமைகள் பாதுகாப்பு அமைப்பினர், கிராமத் தலைவர்கள், வார்டு உறுப்பினர்கள் ஆகியோர் உரையாற்றினர். மண்டல வருவாய் அதிகாரி, போலீஸ் சப் இன்ஸ்பெக்டர், ஐசிஎஸ் ஊழியர்கள், ஆரம்ப சுகாதார அலுவலர்கள் மற்றும் செவல்லா, தரூர், பெத்தமுல், டோமா, ஷபத் மண்டல் குழந்தை உரிமை அமைப்பு உறுப்பினர்கள் ஆகியோரும் பங்கேற்றனர். பார்வையாளர்களில் பலர்-குறிப்பாக பெண்களும் குழந்தைத் திருமணத்தால் விதவையானவர்களும் நாடகத்தைப் பார்த்துக் கண்ணீர் விட்டுக் கதறிஅழுதனர். தம்

குடும்பத்தில் இதுபோன்ற துயரம் நடக்க இனி ஒருபோதும் அனுமதியோம் எனச் சூளுரைத்தனர். வீர்லாபள்ளி கிராமத்தில் குழந்தைத் திருமணத்துக்குப் பலியான குழந்தை சியாமந்தாவின் பெற்றோர் தம் இளைய மகள்களுக்கு 18 வயதாகும் முன்னர் திருமணம் செய்துவைக்க மாட்டோம் என்றனர்.

மற்ற பிரச்சினைகளில் கிராம மக்களிடையே வேறு பாடுகள் இருந்தாலும் குழந்தைத் திருமண விஷயத்தில் அனைவரும் ஒட்டுமொத்தமாக ஆதரவு தெரிவித்தனர். பொதுவாக இளைஞர்கள் நாடகத்தால் பெரிதும் கவரப் பட்டனர். குழந்தைத் திருமணத்துக்கு எதிரான பிரச்சாரத்தில் தம்மைத் தீவிரமாக ஈடுபடுத்திக்கொள்ள முன்வந்தனர். கொட்டிமார்பள்ளியில் கணவர்கள் தம் மனைவிகளுக்கு ஆதரவாகவும், இப்பிரச்சினையைப் புரிந்துகொள்ளவும் உதவ முன்வந்தனர். மனைவியின் சொல்கேட்ட தனது மகனை வெறுத்துவந்த ஒரு மாமியார், திம்மாப்பூரில் நாடகத்தைப் பார்த்தபின் தனது எண்ணத்தை மாற்றிக்கொள்ள முன்வந்தார். கல்கோடாவில் நாடகம் நடந்த பின்னர் ஒரு குழந்தைத் திருமணத்தை சிஆர்பிஎப்பும், கிராம பஞ்சாயத்தும் தடுத்து நிறுத்தியது. காலாபுர்தண்டா கிராமத் தலைவர், இளைஞர் களைத் திரட்டி, எந்தவகையிலும் குழந்தைத் திருமணத்தை ஏற்கமாட்டோம் என உறுதியேற்கச் செய்தார்.

2005-6இல் குழந்தைத் திருமணத்துக்கு எதிரான பிரச்சாரம் விறுவிறுப்படைந்தது. குழந்தைத் திருமணங்கள் தடுத்து நிறுத்தப்பட்டன, ஏற்கெனவே திருமணம் செய்துவைக்கப்பட்ட குழந்தைகள் பிரிந்துவந்து முகாம்களில் சேரவும் தைரியம் அளிக்கப்பட்டனர். 14 வயதுச்சிறுமி சுசீலா தைரியமாக விவாகரத்து பெற முன்வந்ததால் அவருக்குப் பெருமைமிக்க தேசிய வீரச்செயல் விருது வழங்கப்பட்டது. இது மேலும் 18 சிறுமிகள் தங்கள் துயரங்களிலிருந்து விடுபடும் துணிச்சலை அளித்தது. அனைவருமே பாலம் வகுப்பில் சேர்ந்து படித்து, பள்ளியில் சேரத் தயாராகி வருகிறார்கள். சிஆர்பிஎஃப் எடுத்த முன்முயற்சிகளும், தெருநாடகங்களுமே இதை சாத்தியப் படுத்தின. இருந்த போதும், அச்சிறுமிகள் தைரியமாகப் போராட முன்வந்திராவிட்டால் இது எதுவுமே நடந்திருக்க முடியாது.

அனைத்துக் குழந்தைகளுக்கும் கல்வி முக்கியம் என்ற போதும், குறிப்பாக இது பெண் குழந்தைகளுக்கு மிக முக்கியம்; ஏனென்றால் தற்போதைய சமூக கலாசார மூடப்பழக்கங்களை இது எதிர்க்க வைக்கிறது. உழைப்பிலிருந்து குழந்தைகளை மீட்பதுடன், அவளது திருமணமும் தள்ளிவைக்கப்படுகிறது, மிகச் சிறுவயதில் அபாயகரமான தாய்மைப்பேறு தவிர்க்கப் படுகிறது. 2007இன் யுனிசெப் உலகக் குழந்தைகள் அறிக்கையின் படி, கல்விகற்ற பெண்களுக்கு பிரசவத்தில் மரணிக்கும் வாய்ப்பு குறைகிறது. பெண்கள் கல்விகற்கும்போது அவர்களின் குழந்தைகளும் பள்ளிக்கு அனுப்பப்படுகிறார்கள், ஊட்டச் சத்து அளிக்கப்படுகிறார்கள், சுகாதாரவசதிகள் பயன்படுத்தப் படுகின்றன. அதேசமயம் குழந்தை இறப்புவிகிதம் குறைகிறது. மேலும், கல்வி கற்ற பெண் குடும்பத்தாராலும், சமூகத்தாலும் சுரண்டப்படுவதை எதிர்த்துப் போராடுகிறாள். மேலும், தேசிய, மாநில, கிராம சமுதாய மட்டங்களில் அரசியல்-சமூக முடிவுகளை எடுக்கும் அமைப்புகளில் பங்காற்றமுடிகிறது (யூனிசெப் 1999:52). பெண் குழந்தைக்கெதிரான பாகுபாட்டைக் குறைப்பதற்கான செயல்திட்டமாக கல்வி அங்கீகரிக்கப் படுகிறது.

கல்வியில் நிலவும் பாலின இடைவெளியை அகற்றச் சிலவற்றைச் செய்தாக வேண்டும் என்ற தேவை அண்மையில் ஓரளவு உணரப்பட்டுள்ளது. பெண் குழந்தைகள் மேம் பாட்டுக்காக 1992இல் மத்திய அரசு ஒரு செயல் திட்டத்தை முன் வைத்துள்ளது. அனைத்து பெண் குழந்தைகளுக்கும் கல்வி வழங்கும் மசோதாவை 1994இல் இந்தியா நிறைவேற்றியது. மகள்களைப் பள்ளிக்கு அனுப்பும் பெற்றோருக்கு ஊக்கத் தொகை அளிப்பது, அதேசமயம் பள்ளியில் இருந்து நிறுத்தினால் தண்டனை அளிப்பது போன்ற அம்சங்கள் அதில் இருந்தன.

7

குழந்தை உழைப்பில் துவங்கி குழந்தைகளின் ஆரோக்கியம் நோக்கி

குழந்தைத் தொழிலாளர் பிரச்சினையையொட்டி மக்கள் வெளிப்படுத்திய ஆற்றலால் இதர பிரச்சினைகளிலும் மாற்றம் ஏற்பட்டது. காலப்போக்கில் நிலம், குடிநீர், திருமணம், சுகாதாரம் போன்ற பிரச்சினைகளையும் கையிலெடுக்கத் தொடங்கினர். முதலில் கிராமமட்டத்திலும் படிப்படியாக தேவையையொட்டி மேல்மட்டங்களிலும் கையிலெடுத்தனர்.

பள்ளிகளில் குழந்தைகள் அனைவரையும் சேர்க்கும் முயற்சிகளில் போதுமான அளவுக்கு முன்னேற்றம் ஏற்பட்டதும், 2002இல் குழந்தைகள் ஆரோக்கியம் குறித்து எம்விஎஃப் அக்கறை கொள்ளத் தொடங்கியது. பொதுவாக, சமுதாயங்கள் அனைத்தும் தமது பாரம்பரியப் பழக்கங்கள், நடைமுறைகளையே பின்பற்றி வருகின்றன. இதனால்தான் பயிற்சியற்ற, பாரம்பரிய முறையிலான மருத்துவச்சிகளே கிராமங்களில் பிரசவம் பார்க்கிறார்கள். கர்ப்பிணிப்பெண்கள், 5 வயதுவரையான குழந்தைகள் மற்றும் 18 வயதுக்குட்பட்ட சிறுமிகள் நலனுக்காக உருவாக்கப்பட்ட ஒருங்கிணைந்த குழந்தைகள் மேம்பாட்டுத் திட்டம் (ICDS) ஏட்டளவிலேயே நின்றுவிட்டது. இருந்தபோதும், ஐசிஎஸ் திட்டத்தின்கீழ் செயல்படும் ஆரம்ப சுகாதார மையங்கள், துணைச் சுகாதார மையங்கள், அங்கன்வாடி மையங்கள் போன்ற அரசு நிறுவனங்களுக்கு அழைத்துச் செல்வதன்மூலம் ஏழைகளுக்கு எம்விஎஃப் உதவிசெய்தது. பின்னர் குழந்தைகளின் ஊட்டச் சத்தை அளவிடுவது, நோய்எதிர்ப்பு சக்தியை அதிகரிப்பது, பேறுகாலத்துக்கு முந்தைய, பிந்தைய சிகிச்சை போன்றவற்றைக் கையிலெடுத்தது.

ஷங்கர்பள்ளி மண்டலில் முதலில் 6 கிராமங்களில் திட்டம் தொடங்கப்பட்டது. பின்னர் மேலும் 7 மண்டல் களுக்கு விரிவுபடுத்தப்பட்டு, மண்டல்களின் அனைத்துக் கிராமங்களையும் சென்றடைந்தது. மருத்துவமனைகளில் பிரசவம் பார்ப்பதை ஊக்கப்படுத்துவது, குழந்தை பிறந்து 5 வயதுவரை தாய்-சேய் நலம் பேணுவது, அங்கன்வாடி மையம், ஆரம்ப சுகாதார நிலையம், கிராம பஞ்சாயத்து போன்ற கிராம அமைப்புகளைப் பலப்படுத்துவது போன்ற நடவடிக்கைகளை உள்ளடக்கியதாக இத்திட்டம் இருந்தது.

எம்விஎஃப் சுகாதார ஊழியர்கள் கர்ப்பிணிப்பெண்கள் மத்தியில் பேறுகாலப் பராமரிப்பு பற்றி பிரச்சாரம் செய்வதோடு மட்டும் நின்று விடாமல் கர்ப்பிணிகள், சேய்கள் பின்பற்றவேண்டிய பராமரிப்பு மற்றும் தடுப்பு ஊசிகளுக்கான கால அட்டவனையையும் கண்காணிக்கிறார்கள். தடுப்பு ஊசி அட்டைகளை கிராமத்தினர் தொலைத்துவிட்டால், எம்விஎஃப் பராமரிக்கும் அட்டவணையை மருத்துவமனை ஊழியர்களிடம் காட்டுகிறார்கள். துணை மையங்களுக்கு ஆயாக்கள் வரும்போது எம்விஎஃப் சுகாதார ஊழியர்களும் சில நேரங்களில் பெண்கள் மற்றும் குழந்தைகளுடன் மையங்களுக்குச் செல்கிறார்கள். குறித்த நாளில் யாராவது மையத்துக்குச் செல்லத் தவறிவிட்டால், துணைச் செவிலியர் ஆயாவை கர்ப்பிணிப்பெண்ணின் வீட்டுக்குச் சென்று பார்க்கச் செய்கிறார்கள். இந்தச் செவிலியர்கள் குறிப்பிட்ட காலக்கிரமப்படி வரவில்லை என்றால், சமூக நடவடிக்கைகள் அல்லது சம்பந்தப்பட்ட அதிகாரிகளிடம் முறையிடுவது போன்ற நடவடிக்கைகள் மூலம் அவர்கள் பொறுப்புடன் நடந்துகொள்ள நெருக்குதல் தரப்படுகிறது.

ஆனால், மூடநம்பிக்கைகளின் பிடியில் இருந்து மக்களை விடுவிப்பதுதான் மிகப்பெரிய சவாலாக உள்ளது. மார்பள்ளி மண்டல் புடகஜங்கம் சாதி மக்களிடையே பன்றியைக் காவு கொடுத்தால் சுகப்பிரசவமாகும் என்ற நம்பிக்கை உள்ளது. கட்டபாடு தண்டா மற்றும் இதர பழங்குடிப் பகுதிகளில், மாட்டுவண்டியில் கர்ப்பிணியை அழைத்துச் சென்றால் குழந்தை சீக்கிரமே பிறந்துவிடும் என்ற நம்பிக்கை உள்ளது. சேத்தானி பாயி என்ற கர்ப்பிணி மாட்டுவண்டியில் அழைத்துச் செல்லப்பட்டபோது எம்விஎஃப் ஊழியர்கள்

பாதிவழியில் தடுத்து மார்ப்பள்ளி மருத்துவமனைக்கு அழைத்துச்சென்றனர். வேறு சில பழங்குடிப் பகுதிகளில், பிறந்த குழந்தைகளை தாயிடமிருந்து பிரித்து தனித்தனி அறைகளில் சில நாட்கள்வரை பிரித்து வைத்திருக்கும் பழக்கம் உள்ளது. சில நேரங்களில், தொப்புள்கொடியை அறுக்க கல்லைப் பயன்படுத்துகிறார்கள். குழந்தை பிறந்து 5 நாட்கள் கழிந்தபின்னரே பெரும்பாலான தாய்மார்கள் தாய்ப்பால் ஊட்டுகிறார்கள். சில பழங்குடியினர் மத்தியில் பிரசவத்துக்குப் பிறகு தாயையும், சேயையும் வெந்நீரில் குளிப்பாட்டும் பழக்கம் உள்ளது. எத்தனை குழந்தைகள்தான் பிரசவத்தின்போது இறந்தபோதும் பழங்குடிப் பகுதியினர் மருத்துவமனைக்குச் செல்வதேயில்லை. இத்தகைய மூடநம்பிக்கைகளால் தாய்க்கும், சேய்க்கும் எத்தகைய ஆபத்து ஏற்படுகிறது என்பதை ஊழியர்கள் சுட்டிக்காட்டி, பிரசவத்தை மருத்துவமனையில் வைத்துக்கொள்ளும்படி ஏற்கச்செய்கிறார்கள்.

அதிக அபாய வாய்ப்புள்ள கர்ப்பிணிகளை எம்விஎஃப் ஊழியர்கள் கண்காணிக்கிறார்கள். இத்தகைய பெண்கள் கருவுற்ற நாளிலிருந்தே மருத்துவமனைக்குச் செல்லும்படி அறிவுறுத்தப்படுகிறார்கள். அவர்களுக்கு ஊட்டச்சத்து எவ்வளவு முக்கியம் என்பது எடுத்துரைக்கப்படுகிறது. பிரசவம் மருத்துவமனையில்தான் நடைபெறவேண்டும் என்று கருவுற்ற ஏழாவது மாதத்திலிருந்தே அறிவுறுத்துகிறார்கள். சங்காரெட்டி, சதாசிவப் பேட்டில் உள்ள அரசு மருத்துவமனைகள், பெர்னாண்டஸ் மருத்துவமனை, நிலோபர் மருத்துவமனை மற்றும் அரசு மகப்பேறு மருத்துவமனை (ஜட்கேகன்னா) போன்ற மருத்துவமனைகளில் ஆலோசனை சேவைகள் வழங்கப் படுகின்றன. தொலைதூரம் பயணம் செய்ய இயலாத அல்லது அவசரநிலையில், அருகிலுள்ள மருத்துவமனைக்குச் செல்லும்படி அறிவுறுத்தப்படுகிறார்கள். பக்கத்திலுள்ள மருத்துவமனைகள்/சுகாதார நிலையங்கள் எவை, அங்கு எப்படிச் செல்லவேண்டும், அங்கு கட்டணம் எவ்வளவு என்பன போன்ற அனைத்து விவரங்களும் குடும்பங்களுக்குத் தெளிவாகத் தரப்படுகின்றன. பிரசவத்துக்கான திட்டமிடலில் முழுக் குடும்பமும் ஈடுபடுத்தப்படுகிறது. மருத்துவ அறிக்கை களின்படி அனைத்து முன் எச்சரிக்கை நடவடிக்கைகளும் எடுக்கப்படவில்லை என்றால் ஏற்படப் போகும் அபாயம்

குறித்தும் தேவைப்படும்போது எச்சரிக்கப் படுகிறார்கள். மார்பள்ளி மண்டல் கொத்லாபூரில் வீட்டிலேயே பிரசவம் வைத்துக்கொண்டதால் ஒரு தாயும் சேயும் உயிரிழந்ததை மருத்துவமனையில் பிரசவம் பார்க்க வேண்டியதன் அவசியத்தை வலியுறுத்தப் பயன்படுத்திக் கொண்டனர்.

பொது சுகாதாரப் பிரச்சினைகளும் கையிலெடுக்கப் பட்டன. செவல்லா மண்டலில் பல கிராமங்களில் ஒவ்வொரு மழைக்காலத்தின்போதும் காலரா தாக்குதல் பெரிய அளவில் இருந்தது. இறந்த கால்நடைகளின் இறைச்சிகளை நாய்கள் அங்குமிங்கும் இறைப்பதால் தொற்றுநோய் வேகமாகப் பரவுகிறது. சிங்காபுரத்தில் ஒவ்வொரு நாளும் 50 பேர் நோயுறுகிறார்கள். கிராமத்துக்கென சிறப்புக் கவனம் தேவையென கிராமத் தலைவர் ஆலோசனை கூறினார். அதன்படி சாக்கடைகள் சுத்தம் செய்யப்பட்டன, குடிநீர் ஆதாரங்களில் குளோரின் மருந்து தெளிக்கப்பட்டது. திறந்த நிலையிலுள்ள நீர் நிலைகளை மூடவும், நீர்த்தொட்டிகளை அவ்வப்போது சுத்தம் செய்யவும், மிகவும் பாதிக்கப்பட்டுள்ள மூன்று கிராமங்களில் காய்ச்சிய நீரை மட்டும் குடிநீராகப் பயன்படுத்தவும் கிராம பஞ்சாயத்து உரிய நடவடிக்கைகள் மேற்கொண்டது. பழுதடைந்த அனைத்து குழாய்களையும் சரிசெய்தனர். காலரா நோய் பரவுவதைத்தடுப்பது பற்றியும், நீர் மாசைத் தடுப்பது பற்றியும் கிராமம் முழுவதும் தண்டோரா போடப்பட்டது. முன்னதாக, பிளீச்சிங் பவுடரின் பயன்பாடு குறித்து கிராமத் தலைவர்கூட அறிந்திருக்கவில்லை. ஊழியர்கள் மேற்கொண்ட விழிப்புணர்வுப் பிரச்சாரத்துக்குப் பின்னர்தான் அதன் முக்கியத்துவத்தை அறிந்தனர். படிப்படியாக அரசும்கூட தனது பொறுப்பை உணர்ந்து கொண்டது. ஆரம்ப சுகாதார நிலைய மருத்துவரும், மாவட்ட மருத்துவ சுகாதார அதிகாரியும் தேவையான மருந்துகளுக்கு ஏற்பாடு செய்தனர்.

ஆக, குழந்தை உழைப்புக்கு எதிராகத் துவங்கிய எம்விஎஃப்-இன் பிரசாரம் தற்போது, குழந்தைத் திருமணம், பாலினப் பாகுபாடு, சுகாதாரம், சுற்றுச்சூழல் போன்ற பிரச்சினைகளுக்கும் விரிவடைந்துள்ளது. சமத்துவ சமுதாயம் அமைவதற்கான விரிவடைந்த சமூகப்போராட்டங்களை முடுக்கிவிட எம்விஎஃப் இயக்கம் எதிர்நோக்குகிறது.

8

சமூக ஆதரவைத் திரட்டுதல்

ஒரு அமைப்பின் வெற்றி என்பது, தான் தேவையில்லை என்ற நிலைக்கு தன்னை ஆக்கிக்கொள்வதில் இருக்கிறது என்று அடிக்கடி கூறப்படுகிறது. எங்கெல்லாம் முடியுமோ அங்கு சமூகத்தின் பல்வேறு குழுக்களிடம் பொறுப்புகளை ஒப்படைத்துவிட்டு விலகியதன்மூலம் எம்விஎஃப் இதை நிரூபித்துள்ளது. குழந்தை உரிமைகள் திட்டத்தை சமூகத்தின் சொந்தத் திட்டமாக நிறுவுவதில் 1999 ஜனவரியில் எம்விஎஃப் முக்கியமான நடவடிக்கை எடுத்தது. ரங்கா ரெட்டி மாவட்டத்தின் 78 கிராமங்களில் எம்விஎஃப் சாராத குழுக்களிடம் குழந்தை உழைப்பை அகற்றும் திட்டத்தின் பொறுப்பை அளித்தது. இளைஞர் குழுக்கள், பள்ளிக்கல்விக் குழுக்கள், பால கர்மிகா விமோசன வேதிகா, கல்வித் தொண்டர்கள், கிராமத் தலைவர்கள், தலைமையாசியர்கள் மற்றும் மகளிர் குழுக்கள் ஆகியவை அக்குழுக்கள்.

இத்திட்டம் முன்னர் சோதனைமுறையில் பரீட்சிக்கப் பட்டதில் வெற்றி கண்டிருந்தது. உதாரணமாக, தரூர் மண்டல் ஜைடுபள்ளி கிராமத்தில் அனைத்துக் குழந்தைகளையும் பள்ளியில் சேர்த்து, அக்கிராமத்தை குழந்தைத் தொழிலாளர் இல்லாத கிராமமாக்கும் பணியை அக்கிராமத்தின் பிகேவிவி மற்றும் இளைஞர் தொண்டர்களிடம் எம்விஎஃப் அளித்தது. இதை அக்குழுவினர் வெற்றிகரமாக நிறைவேற்றினர். பள்ளிக் கல்விக் குழுக்கள் மற்றும் கிராம பஞ்சாயத்துகளுக்கு பள்ளிகள் மற்றும் ஒத்த பள்ளிக் கல்விக்குழுக்களை உருவாக்குவதற்காக எம்விஎஃப் தொடக்க நிதி அளித்தது. இதன்மூலம் அவர்கள் தமது நடவடிக்கைகளை மேம்படுத்தினர். மூன்று மண்டல் களில் தேர்ந்தெடுக்கப்பட்ட கிராமங்களுக்கு தொடக்க நிதி அளிக்கப்பட்டதைத் தொடர்ந்து அதனைப் பயன்படுத்துவது

தொடர்பாக அக்கிராமங்களின் பள்ளிக் கல்விக் குழுக்களின் தலைவர்கள், இளைஞர் செயல்வீரர்கள், கிராமத் தலைவர்கள் மற்றும் எம்விஎஃப் தொண்டர்கள் கூட்டம் தண்டல் எம்விஎஃப் மண்டல் அலுவலகத்தில் நடைபெற்றது. இதில் நானும் கலந்துகொண்டேன். இதில் பயன்பெறும் கிராமங்கள் பற்றிப் பார்த்தால்: வீர்சேட்பள்ளியில் 1996இல் ஒரு பள்ளி ஆசிரியர்கூட இல்லாமல் இருந்தது; பின்னர், பள்ளியைப் பலப்படுத்த அந்தக் கிராமசமுதாயம் பெரும் முயற்சிகள் மேற்கொண்டு சாதித்தது. பஷீராபாத் மண்டலில் உள்ள பழங்குடிக் கிராமமான போஜனநயா தண்டா; பஷீராபாத் மண்டலில் நவாங்கி; பஷீராபாதில் பார்வத்பள்ளி; தண்டூர் மண்டநூகில் ஜிங்குர்த்தி; பெட்டெமுல் மண்டல் ருத்திராவம் ஆகிய கிராமங்கள் தேர்வுபெற்ற கிராமங்களில் சில. ருத்திராவம் கிராமத்தில் பூச்சிமருந்து விஷத்தால் ஒரு சிறுமி இறந்ததைத் தொடர்ந்து மனித உரிமைகள் ஆணையத் தலைவர் நீதிபதி ராமசாமி, சுவாமி அக்னிவேஷ் ஆகியோர் இக்கிராமத்தைப் பார்வையிட நேர்ந்தது. கிராம, மண்டல் அளவிலான குழந்தை உரிமைகள் பாதுகாப்புக் குழுக்கள் அமைக்கப்பட்டு உள்ளூர் ஊக்க மையங்களாகவும், ஆலோசக மையங்களாகவும் செயல்பட்டன. முன்னர் இதேபணியில் ஈடுபட்டிருந்த எம்விஎஃப் தொண்டர்களால் உள்ளூர் மட்ட ஆதரவைத் திரட்டுவதற்காக மேற்கொள்ளப்பட்ட முயற்சி இது. இதனால் கிராம சமுதாயம் ஆற்றல் பெறுகிறது.

குழந்தை உரிமைகளுக்கான போராட்டத்தைக் கையில் எடுக்கச் செய்ய சமுதாயத்தின் பல்வேறு பிரிவினரையும் தொடக்கம் முதலே எம்விஎஃப் திரட்டிவந்துள்ளது. இதன் இறுதியாக குழந்தை உரிமைகள் பாதுகாப்பு அமைப்புகள் (சிஆர்பிஎஃப்) உருவாக்கப்பட்டன; கிராம பஞ்சாயத்துகள் உணர்வூட்டப் பட்டன; இளைஞர் குழுக்கள் உருவாக்கப் பட்டன; அரசியல் கட்சிகளும் இப்பிரச்சினையைத் தீவிரமாகக் கையிலெடுக்க அறிவுறுத்தப்பட்டன.

கிராமங்களைச் சேர்ந்த குழந்தை உரிமை ஆதரவாளர்கள் தாமாகவே குழந்தை உரிமைப் பாதுகாப்பு அமைப்புகளை உருவாக்கினர். பெற்றோர் தமது குழந்தைகளைப் பள்ளிக்கு அனுப்பச் செய்வதில் இவர்கள் முக்கியப் பங்காற்றினர். தங்களை வேலைகளிலிருந்து விடுவித்து பள்ளிகளில் சேர்க்க

வேண்டும் என்ற குழந்தைகளின் விருப்பத்தை அவர்கள் கேட்பதோடு, பள்ளிகளில் எழும் பிரச்சினைகளையும் சமாளிக்கின்றனர். இந்த அமைப்புகள் நிறுவப்பட்டதன்மூலம் குழந்தை உரிமைகளுக்கு எதிரான எந்த ஒரு நடவடிக்கையும் சகித்துக்கொள்ளப்பட மாட்டாது என கிராமத்தின் ஒவ்வொரு பிரிவினரும் எச்சரிக்கையடைந்துள்ளனர். குழந்தைகள் பள்ளிக்குத்தான் செல்லவேண்டும் என்ற கருத்தை சமூகத்தில் பரவலாக்க இந்த அமைப்புகள் உதவுகின்றன.

ஏழை மக்களின் கல்விக்கான போராட்டத்தில் உறுதியாக இருக்கவும், ஆதரவு தெரிவிக்கவும் அமைக்கப்படும் இந்த அமைப்புகளில் சாதி, மதம், வர்க்கம் என எந்தவிதமான பாகுபாடுகளுமின்றி உறுப்பினர்கள் சேர்க்கப்படுகின்றனர். அனைத்து உறுப்பினர்களையும் கொண்ட பொதுக்குழு, மாநில, மாவட்ட, மண்டல், கிராம ம்ட்டத்திலான செயற்குழுக்கள் ஆகியவற்றை சிஆர்பிஎஃப் கொண்டுள்ளது. ஒரு அமைப்பாளர், ஒரு உறுப்பினர் செயலர் மற்றும் 11 உறுப்பினர்களைக் கொண்டதாக செயற்குழு இருக்கிறது. சிஆர்பிஎஃப்-இன் அன்றாட அலுவல்களை ஒருங்கிணைப்பது, இதர சிஆர்பிஎஃப் அமைப்புகளுடனான பணிகளை ஒருங் கிணைப்பது, சிஆர்பிஎஃப் நடவடிக்கைகளுக்கு வழிகாட்டுவது ஆகியவை செயற்குழுவின் பணிகள் ஆகும். ஒரு சிஆர்பிஎஃப் உறுப்பினர் அறிமுகம் செய்தால்தான் புதியவர்கள் அதில் உறுப்பினராக முடியும். உறுப்பினர் கட்டணம் ரூ 25 ஆகும். 2006 ஜூன் இறுதியில் ஆந்திரப் பிரதேசம் முழுவதும் 25,000 உறுப்பினர்களை சிஆர்பிஎஃப் கொண்டிருந்தது.

குழந்தைகள் பள்ளிகளில் சந்திக்கும் பிரச்சினைகளை சிஆர்பிஎஃப் தீர்க்கிறது; குழந்தை உரிமை மீறல்களை அரசு மற்றும் தேசிய மனித உரிமை ஆணையத்தின்முன் வைக்கிறது; குழந்தை உரிமைகள் விஷயத்தை ஊடகங்களின் பார்வைக்கு கொண்டுசெல்கிறது. பள்ளிகளில் மாணவர் சேர்க்கையின் போது ஏற்படும் பிரச்சினைகள், பள்ளிக் கட்டணம் செலுத்துதல், பள்ளிச் சீருடை பெறுதல், மாற்றச் சான்றிதழ் மற்றும் சாதிச் சான்றிதழ் பெறுதல் போன்றவை சிஆர்பிஎஃப் கையிலெடுத்து தீர்த்து வைக்கும் பிரச்சினைகளில் சிலவாகும். ஆசிரியர்கள் எவரேனும் மாணவர்களை அடித்து தண்டனை கொடுத்தால் அதை அதிகாரிகளின் கவனத்துக்குக் கொண்டு

செல்கிறது. குழந்தைத் திருமணத்தை நிறுத்த ஒட்டுமொத்த கிராமத்தின் ஆதரவைத் திரட்டுகிறது. சுரண்டல் கொண்ட சூழல்களில் குழந்தைகளை வேலைக்கு அமர்த்தும் தொழிற்சாலைகள், அல்லது பூச்சிக் கொல்லி மருந்தால் குழந்தைகள் உயிரிழப்பு போன்ற குழந்தை உரிமை மீறல் பிரச்சினைகளை கையில் எடுக்கிறது.

2007இல் ஆந்திர மாநிலத்தில் சிஆர்பிஎஃப் உறுப்பினர் எண்ணிக்கை 30,000 என உயர்ந்தது. கிராமம்-தொகுதி-மண்டல் என பல்வேறு மட்டங்களில் ரங்காரெட்டி மாவட்டத்தில் 3,002 கூட்டங்களும், நால்கொண்டா மாவட்டத்தில் 1,611 கூட்டங்களும் நடந்தன. நால்கொண்டா மாவட்டத்தில் இத் திட்டம் தீவிர வடிவமெடுத்தது; குழந்தைகளை வேலைக்கு வைப்போ.ரின் வீடுகளின் முன் சிஆர்பிஎஃப் தொண்டர்கள் மறியல் செய்தனர். கொத்தடிமைத் தொழிலாளர்களை விடுவிக்கவும், குழந்தைத் திருமணத்தைத் தடை செய்யவும் அவர்கள் மாவட்ட ஆட்சித் தலைவரிடம் மனுக்களை அளித்ததனர். முந்தைய ஆண்டில் செய்தது போலவே, பள்ளிகள், சமூகநல விடுதிகள் ஆகியவற்றில் குழந்தை உரிமை களைக் கண்காணிப்பதில் சிஆர்பிஎஃப் பங்கெடுத்தது; போதுமான கட்டமைப்பு வசதிகளும் ஆசிரியர்களும் தேவை என அதிகாரிகளுக்கு மனுக்கள் அளித்தது; ஊழலுக்கும் மாணவர்களை அடிக்கும் வழக்கத்திற்கும் நடவடிக்கை எடுக்குமாறு வற்புறுத்தினார்கள்; நீண்டகாலம் பள்ளிக்கு வராமல் படிப்பைக் கைவிட்ட குழந்தைகளை மீண்டும் சேர்க்கவும் கோரினார்கள்.

2004 மார்ச் மாதத்தில், ஆந்திரப்பிரதேசம், மத்தியப் பிரதேசம், மராட்டியம், ஒரிசா மற்றும் அசாம் ஆகிய மாநிலங்களைச் சேர்ந்த கிராம அளவிலான குழந்தை உரிமைகள் பாதுகாப்பு அமைப்பினர் அனைவரும்கூடி தேசிய அளவிலான குழந்தை உரிமைகள் பாதுகாப்பு அமைப்பினை உருவாக்கியுள்ளனர்.

குழந்தை உழைப்பை ஒழித்தல் மற்றும் பள்ளிகளைப் பலப் படுத்தல் ஆகிய இரட்டைப் பணிகளில் கிராம பஞ்சாயத்துகள் முக்கிய நிறுவனங்களாகும். வேலையிலிருந்து குழந்தைகளை விலக்கவும், அதிகாரிகளிடம் தம் செல்வாக்கைப் பயன்படுத்து வதிலும் கிராம பஞ்சாயத்துகளின் பங்கு உள்ளது. பள்ளிகளின்

செயல்பாட்டிலும், பள்ளிக் கல்விக்குழுவுக்கு ஆதரவாகவும், பள்ளியிலிருந்து விலகலைத் தடுக்கவும் கிராம பஞ்சாயத்துகள் ஈடுபடுகின்றன. பள்ளிகளுக்காக உள்ளூர் வளங்களைத் திரட்டுவதிலும், உயர்மட்ட கல்வித்துறை அதிகாரிகளுக்கு நெருக்குதல்களை ஏற்படுத்துவதன்மூலம் ஆதாரங்களைத் திரட்டுவதிலும் ஈடுபடுகின்றன. கிராம அளவில் அனைவருக்கும் ஆரம்பக் கல்வி அளிப்பதன் மூலம் குழந்தை உழைப்பு அகற்றும் திட்டத்தை திட்டமிடுவதிலும், செயல் படுத்துவதிலும் பங்கேற்கின்றன.

ரங்கா ரெட்டி மாவட்டத்தில், குழந்தை உரிமைகளுடன் தொடர்புடைய கல்வி, சுகாதாரம், காவல்துறை போன்ற சம்பந்தப்பட்ட அரசுத் துறைகளை தற்போது சுமார் 250 கிராம பஞ்சாயத்துகள் ஆய்வு செய்கின்றன. பிறப்புச் சான்றிதழ்கள், திருமணச் சான்றிதழ்களை விநியோகிக்கின்றன. சுகாதாரத் துறை துணை மையங்களுக்குப் போதுமான மருந்துகள் விநியோகம் இல்லாமை, குழந்தைகளைப் பராமரிக்கப் போதுமான செவிலியர்கள் இன்மை, மருத்துவமனையில் பிரசவம் பார்ப்பதன் அவசியத்தை மக்களிடையே பரப்புதல் போன்ற பிரச்சினைகளைக் கையில் எடுக்கின்றன. முதல் முறையாக கிராம, மண்டல் அளவில் குழந்தை உரிமைகள் பிரச்சினை தீவிரமாக எடுக்கப்பட்டுள்ளது. பொதுவாக, பொதுப்பணித் துறை காண்டிராக்டுகள், வாழ்வாதாரத் திட்டங்கள் போன்றவற்றில் ஆர்வம் காட்டுவதுதான் கிராம பஞ்சாயத்துகளின் வழக்கமாக இருக்கும்.

உள்ளூர் இளைஞர் குழுக்கள் எம்விஎஃப் திட்டத்தின் முக்கியப் பங்குதாரர்கள். குழந்தை உழைப்பை நியாயப் படுத்துவதை எந்தவகையிலும் ஏற்கமறுத்து அதற்கு எதிராக ஆணித்தரமாக வாதாடுகிறார்கள். இயல்பாகவே, உள்ளூர் சமூகத்திடமிருந்து ஆரம்பத்தில் ஏராளமான எதிர்ப்புகளை அவர்கள் எதிர்கொள்ள நேர்ந்தது. காலப்போக்கில், உரிய செயல்திட்டத்தை உருவாக்குவதன் மூலம் சமூகம் முழுவதையும் இப்பணியில் இணைத்துக்கொள்ளும் கலையை அவர்கள் கற்றுக்கொண்டனர். இப்போது எதிரிகளையும் வென்றெடுக்கும் ஆற்றல் பெற்றுள்ளனர். குழந்தைகளுக்கான உண்மையான வெற்றி என்பதே அவர்கள் உரிமைகளைப் பாதுகாப்பதில் மொத்த சமுதாயத்தின் ஆதரவையும்

பெறுவதுதான் என்பதை அவர்கள் புரிந்து வைத்துள்ளனர்.

இத்தகைய நடவடிக்கைகளில் ஈடுபடுவதுடன், இளைஞர்கள் தம்மைத்தாமே ஒரு குழுவாக இனம்கண்டு, தம் கிராமத்திலுள்ள குழந்தைகளின் வாழ்க்கை, உள்ளூர் பள்ளிகளின் நிலைமை, கிராமத்தவர்களின் ஆதரவு அல்லது எதிர்ப்பு நிலைமை ஆகிய தகவல்களைப் பகிர்ந்து கொள் கிறார்கள். ஜனநாயக முறையில் முடிவுகள் எடுப்பது, ஆய்வுக்கூட்டங்களை நடத்துவது, ஒரு செயல்திட்டத்தை அனைவரும் ஏற்கச்செய்வது எவ்வாறு என்பதை இப்போது கற்றுக்கொண்டுள்ளனர்.

எம்விஎஃப் மேற்கொண்ட முயற்சிகளின் விளைவாக, அரசியல் கட்சிகளின் செயல்திட்டங்களில் குழந்தை உரிமைகள் ஒரு இடத்தைப் பெற்றுள்ளது. ரங்கா ரெட்டி மற்றும் நால்கொண்டா மாவட்டங்களில் அரசியல் கட்சிகளுடன் நேருக்கு நேர் சந்திப்புகள் மாவட்ட அளவில் நடத்தப்பட்டன. இந்த இரண்டு மாவட்டங்களிலும் காங்கிரஸ் மற்றும் தெலுங்கு தேசம் கட்சிகள் குழந்தை உரிமைகள் பிரிவு ஒன்றை ஏற்படுத்தின. இதுபோல அனைத்துக் கட்சிகளும் தமது செயல்திட்டத்தில் குழந்தை உரிமைகள் பிரச்சினையையும் சேர்த்தால்தான் முழுப் பயனும் கிடைக்கும்.

9

வேறுபகுதிகளிலும் நடைமுறைப்படுத்தல்

எம்விஎஃப் செயல்திட்டம் ஆந்திரப் பிரதேச மாநிலத்திற்கு மட்டும்தான் பொருந்தும் என நீண்டகாலமாக வாதிடப் படுகிறது. அனால், அசாம், பிகார், மத்தியப்பிரதேசம், தமிழ்நாடு, ராஜஸ்தான் போன்ற மாநிலங்களிலும், அண்மையில் மத்திய அமெரிக்கா, மொரோக்கோ, அல்பேனியா ஆகிய நாடுகளிலும் அரசுகள் மற்றும் அரசு சாரா அமைப்புகளுடன் இணைந்து எம்விஎஃப் இத்திட்டத்தை செயல்படுத்தியதன் மூலம் இந்த வாதத்தை முறியடித்துள்ளது.

2005 ஜூலை முதல் எம்விஎஃப் பிகாரில் செயல்பட்டு வருகிறது. அனைவருக்குமான கல்வித் திட்டத்துக்காக சமுதாயத் திரட்டலுக்கான பயிற்சிகளை சம்ஸ்திபுர் மாவட்டத்தின் பூசா பிளாக்கில் செயல்படும் கிராம் விகாஸ் சமிதி, கிழக்கு சம்பரான் மாவட்டம் மெஹ்சி பிளாக்கில் செயல்படும் சமாஜிக் ஷோத் ஏவம் விகாஸ் கேந்திரா ஆகிய தனது என்.ஜி.ஓ பங்காளர்களுக்கு பயிற்சி வழங்கவேண்டும் என்று 'ஆக்சன் எய்டு' கேட்டுக்கொண்டது. மூன்று பயிற்சித் திட்டங்கள் நடத்தப்பட்டன. பஞ்சாயத்து அளவில் இளைஞர்கள், பெண்கள், ஆசிரியர்கள், கார்டியன்கள் மற்றும் பஞ்சாயத்துப் பிரதிநிதிகள் ஆகியோருடன் சந்திப்புகள் நடத்தப்பட்டன. இக்கூட்டங்களில் குழந்தை உரிமைகள் பிரபலப்படுத்தப்பட்டது.

அதைத் தொடர்ந்து, கிராமங்களில் 14 வயதுக்கு உட்பட்ட குழந்தைகளின் கணக்கெடுப்பும், அக்குழந்தைகளில் எத்தனை பேர் பள்ளிக்குச் செல்லவில்லை என்ற கணக்கெடுப்பும் மேற் கொள்ளப்பட்டன. கணக்கெடுப்பின்போது, குழந்தைகளின் பெற்றோரிடம் குழந்தையின் கல்வி கற்கும் உரிமை பற்றி உணர்வூட்டப்பட்டது. கணக்கெடுப்பின் முடிவுகள் பற்றி

கிராமத்தவர்களிடம் தெரிவிக்கப்பட்டு, அவர்களிடம் விவாதம் நடத்தியபிறகு, 6 முதல் 14 வயதுக்குட்பட்ட குழந்தைகளைப் பள்ளியில் சேர்க்கும் நடவடிக்கைகள் மேற்கொள்ளப்பட்டன. சமூகம் முழுவதையும் மனம்மாற்றி திருப்தி செய்தாலொழிய வளர்ந்த பெண் குழந்தைகளைப் பள்ளிக்கு அனுப்புவது சாத்தியமில்லை என்பது தொடக்கத்திலேயே புரிந்தது. ஜோதி பேரணிகள், சைக்கிள் ஊர்வலங்கள் ஏற்பாடு செய்யப்பட்டன. அரசு அதிகாரிகள், ஊடகவியலாளர்கள், கல்வியாளர்கள் ஆகியோர் உள்ளூர் சமுதாயத்துடன் இணைந்து கொண்டனர்.

விரிவான பிரச்சாரம் சமூகத்தின் பல பிரிவினரைச் சென்றடைந்தது. பள்ளிகளில் சந்திக்கும் பிரச்சினைகள் குறித்துப் பெண்கள் குழுக்கள் குரல் கொடுத்தன. அதே சமயத்தில், பள்ளிகளில் கூடுதல் ஆசிரியர்களை நியமிக்கவும், பள்ளிகளின் கட்டமைப்பு வசதியை மேம்படுத்தவும் கிராம சமுதாயத்தினர் மாவட்ட அதிகாரிகளிடம் நெருக்குதல் கொடுக்கத் தொடங்கினர். பெரிய பெண் குழந்தைகளுக்கென உறைவிட முகாம்கள் வேண்டும் என சமுதாயத்தினர் கோரி, அதில் வெற்றியும் பெற்றனர். இதர குழந்தைகள் வழக்கமான கிராமப்பள்ளிகள் அல்லது அருகிலுள்ள கல்வி உத்தரவாதப் பள்ளிகளில் சேர்க்கப்பட்டனர். குழந்தைகளைப் பள்ளிகளில் சேர்ப்பது எவ்வாறு என்பது மட்டுமல்லாமல், அவர்களைப் பள்ளியில் தொடரச்செய்வது எவ்வாறு என்பதையும் சமூகத்தினர் கற்றுக்கொண்டனர்.

ராஜஸ்தானின் 3 மாவட்டங்களில் சீரான அடிப்படைக் கல்வித் (அனைவருக்கும் பகல்நேரப் பள்ளிகளில் கல்வி) திட்டம் மூலம் குழந்தை உழைப்பை ஒழிக்கும் திட்டத்தை அமல்படுத்த ஆக்சன் எய்ட் அமைப்பின் பங்குதாரர் என்.ஜி.ஓ.வான 'அல்லரிப்பு சன்ஸ்தான்' என்ற அமைப்புக்கு எம்விஎஃப் தனது ஆதரவை விரிவுபடுத்தியது. ஜனவரி 2006 இல் சிகார், நாகாவ்ர் மாவட்டத்தில் திட்டத்தைத் தொடங்கிவைக்க இரண்டு ஆதார வல்லுனர்கள் ராஜஸ்தான் சென்றனர்.

திட்டத்தின் கொள்கைகள் மற்றும் செயல்திட்டங்களை எம்விஎஃப்-இன் ஆதார வல்லுனர்கள் அங்குள்ள இளைஞர் குழுக்களுக்கும், சமுதாயத் தலைவர்களுக்கும் விளக்கினர். சிகார் மாவட்ட நகர்ப்புற குடிசைப்பகுதிகளிலும், நாகாவ்ர் மாவட்ட மக்ரானா, குச்சாமன் நகரங்களிலும் பள்ளிகளிலும்

விரிவான கணக்கெடுப்பு மேற்கொள்ளத் திட்டமிடப்பட்டது. பின்னர், குழந்தை உரிமைகள் பற்றிப் பரப்புரை செய்யப் பேரணிகளும், கலாசாரப் பேரணிகளும் நடந்தன. பள்ளிகளில் இருந்து நிறுத்தப்பட்ட குழந்தைகளை மீண்டும் பள்ளிகளில் சேர்ப்பதற்காக குழந்தைகளின் பெயர்ப்பட்டியல்கள் குடிசைப் பகுதிச் சமுதாயத் தலைவர்களிடம் வழங்கப்பட்டன. பள்ளி களிலிருந்து நிறுத்தப்பட்ட பெரிய குழந்தைகளுக்கு உறைவிட பாலம் வகுப்புகள் கோரப்பட்டன. இதைத்தொடர்ந்து, குடிசைப் பகுதி ஒவ்வொன்றிலும் 15 பேர் கொண்ட குழந்தை உரிமை பாதுகாப்பு அமைப்புகள் (சி.ஆர்.பி.எஃப்) அமைக்கப்பட்டு கூட்டங்கள் தொடர்ந்து நடத்தப்பட்டன. குழந்தைகளுக்கு இணக்கமான நடைமுறைகளை மேலும் மேற்கொள்ள பள்ளிகள் வலியுறுத்தப்பட்டன.

தமிழ்நாட்டில் காஞ்சிபுரம், நாகப்பட்டினம் மாவட்டங் களில் எம்விஎஃப் பங்குதாரர்களை ஏற்றுக்கொண்டது. 2004 ஜனவரியில், காஞ்சிபுரம் மாவட்டத்தில் 'கையோடு கை' என்ற என்.ஜி.ஓ.வுக்கு ஆதரவு அளித்தது. இரவுப் பள்ளிகள் நடத்தி வந்த அந்த என்.ஜி.ஓ.விடம் இரவுப்பள்ளிகள் வழக்கமான பள்ளிகளுக்கு மாற்றாக அமைய முடியாது என்பதை எம்விஎஃப் படிப்படியாகப் புரியவைத்தது. பெற்றோருடன் சந்திப்புகள் மேற்கொண்டு, இக்குழந்தைகள் பள்ளிகளுக்கு அனுப்பப்பட்டனர். குழந்தைக் கொத்தடிமைகள் 25 பேர் விடுவிக்கப்பட்டனர். 174 குழந்தைகள் பள்ளியில் சேர்க்கப் பட்டனர்.

நாகப்பட்டினம் மாவட்டத்தில், 2004 டிசம்பர் 26 அன்று சுனாமி தாக்கியபின்னர், பாதிக்கப்பட்ட பகுதிகளில் குழந்தைகளின் கல்வித்தேவைகளை மதிப்பீடு செய்ய எம்விஎஃப்-ஐ ஆக்சன் எய்ட் இண்டர்நேஷனல் அழைத்தது. சீர்காழி வட்டத்தில் 25 கிராமங்களில் திட்டம் தொடங்கப் பட்டு, பின்னர் 12 பஞ்சாயத்துகளின் 89 குடியிருப்புப் பகுதிகளுக்கு விரிவுபடுத்தப்பட்டது. மக்களை ஊக்கப்படுத்தும் நடவடிக்கைகள் வெற்றியடைந்ததைத் தொடர்ந்து, குழந்தைகள் சுகாதாரமும், ஆரோக்கியமும் மேம்பட கிராம ஆதரவு கிடைத்து வருகிறது. குழந்தைகள் தொடர்ந்து பள்ளிக்குச் செல்வதையும் கிராம சமுதாயத்தினர் கண்காணிக்கின்றனர்.

மத்தியப் பிரதேசத்தில் திறன் மேம்பாட்டு ஆதரவை

எம்விஎஃப் வழங்கத் துவங்கி மூன்று ஆண்டுகள் முடிந்து விட்டன. குறிப்பாக, அனைவருக்கும் கல்வி (சர்வ சிக்ஷா அபியான்—எஸ்.எஸ்.ஏ.) திட்ட வசதிகளைப் பயன்படுத்தி பகல்நேரப் பள்ளிகள் மூலமே, குழந்தை உழைப்பை அகற்றும் அணுகுமுறையில் எம்விஎஃப் பணியாற்றியது. உறைவிட பாலம் முகாம்களில் எஸ்.எஸ்.ஏ. திட்டத்தை மேற்கொள் வதிலும், சமுதாயம், அரசுத்துறைகள், உறைவிட பாலம் முகாம்கள் இடையே இணைப்புகள் உருவாவதற்கும் திட்டத்தை சமுதாய உடமையாக்குவதிலும் எம்விஎஃப் உதவியது. குழந்தைகளைச் சென்றடைவது, அவர்களைப் பள்ளியில் இருத்துவது ஆகியவற்றில் சமுதாயத்துக்கும், அரசு அதிகாரிகளுக்கும் இடையே ஒருங்கிணைப்பு ஏற்படுத்துவதில் எம்விஎஃப் ஊழியர்கள் பங்காற்றினர்.

மத்தியப் பிரதேசத்தில் எம்விஎஃப் மேற்கொண்ட பணி, ஜாபுவாவில் எம்விஎஃப் மேற்கொண்ட களப்பணியை அடிப்படையாகக் கொண்டது என்பதே எனது புரிதல் ஆகும். ஜாபுவா, கண்களுக்குக் குளிர்ச்சியாகவும், வாழ்வதற்குக் கொடூரமாகவும் உள்ள பகுதியாகும். தொடர்மலைகள், பசுமையான சமவெளி, தூய குளங்கள் என அழகாக உள்ளது. ஆனால் வசிக்க முடியாது. இந்த அழகும் வளமும் இங்கு வாழும் மக்களுக்கு உதவவில்லை. இங்கு வாழும் மக்கள் பெரும்பாலும் அன்றாடக் கூலி உழைப்பாளர்களாக குஜராத் செல்கிறார்கள். எனவே, இங்குள்ள குழந்தைகளைப் பள்ளிக்கு அனுப்புவதை நினைத்துப் பார்க்கவும் முடியாது. பெரிய குழந்தைகள் பெற்றோருடன் கூலி வேலைக்கு சென்றுவிடுவர். சிறிய குழந்தைகள் முதியவர்களுடன் வீட்டில் இருந்து கைக் குழந்தைகளையும், கால்நடைகளையும் கவனித்துக்கொள்வர். பழங்குடியினர் வாழும் பகுதியாக இருப்பதால் அவர்களை பள்ளிக்கு அனுப்புவது அவ்வளவு எளிதல்ல. குடும்பங்கள் வேறு பகுதிக்கு புலம்பெயரவில்லை என்றாலும்கூட, அவர்களின் குடியிருப்புகள் ஆங்காங்கே சிதறி இருப்பதால் குழந்தைகள் பள்ளி செல்ல முடியாது. பழங்குடியினர் கிராமப் பகுதிகளில் வசிப்பதில்லை, தமது வயல் அல்லது காடுகளில் வசிக்கிறார்கள். பள்ளி செல்லுதல் இப்பகுதியில் மறைந்து போன நடைமுறை. "சாலைகள் இல்லை, பள்ளிகள் செயல் படுவதில்லை. எங்கள் கிராமத்தில் இருந்து எந்தக் குழந்தையும்

வேறு பகுதிகளிலும் நடைமுறைப்படுத்தல் 73

பள்ளி சென்றதில்லை" என்று இம்மாவட்டத்தின் கத்திவாடா வட்டத்தில் பொகாடியா கிராமத்தில் வசிக்கும் பட்டு பச்சாயா கூறினார்.

இங்கு நிலவும் சட்டம் ஒழுங்கு நிலைமையும் பள்ளி செல்வதற்கு ஏற்றதாக இல்லை. அலிராஜ்பூர் பிளாக் ஆசியாவிலேயே குற்றங்கள் அதிகமாக நடைபெறும் பகுதிகளில் ஒன்று என இந்தப் பிளாக்கின் துணை வட்டார நிர்வாகி கூறினார். நாராயணமூர்த்தி என்ற எம்விஎஃப் ஊழியரும் இதை உறுதி செய்தார். அலிராஜ்பூர் வந்த புதிதில் அவரை அடித்து உதைத்து சம்பளப் பணம் வழிப்பறி செய்யப் பட்டதாகக் கூறினார். இப்பகுதியில் எங்கு சென்றபோதும், எம்விஎஃப் ஊழியரோ அல்லது டிரைவர் அல்லது உள்ளூர் அதிகாரி என எவராவது ஒருவர் இப்பாதை பகலில் கூட பாதுகாப்பானது அல்ல என்று கூறினர். கத்திவாடா ஒன்றியத்தில் நாங்கள் பயணம்செய்தபோது, ஒவ்வொரு இடத்திலும் சீக்கிரம் கிளம்புங்கள்; அப்போதுதான் இருட்டுவதற்குள் நாம் போய்ச்சேர முடியும். இல்லாவிட்டல், ஆயுதம் தாங்கிய கொள்ளையர்கள் தாக்குவதற்கு வந்து விடுவார்கள் என்று டிரைவர் எங்களை எச்சரித்து அவசரப் படுத்திக் கொண்டே இருந்தார். எந்நேரமும் போக்குவரத்து இயங்கிக் கொண்டிருக்கும் இந்தூர் நெடுஞ்சாலையில்கூட ஒவ்வொரு இடத்திலும் திடீர் கொள்ளையர்கள் குறித்து நாங்கள் எச்சரிக்கப்பட்டது ஆச்சரியமாக இருந்தது.

இங்கு நிலவிய மிக அதிக எழுத்தறிவற்ற நிலைமை அனைவரையும் பள்ளிக்கு அனுப்பும் பணியை மிகவும் கடினமாக்கியது. 1991 கணக்கெடுப்பின்படி எழுத்தறிவு பெற்றோர் 9.51%. இது 2001 இல் 25.68% ஆக உயர்ந்தது.

"இங்கு அரசுப் பள்ளிகள் சீருடை முதல் துணிகள்வரை எல்லாமும் கொடுக்கின்றன, கல்வியைத் தவிர" என்று ஜாபுவா மாவட்ட, மேக்நகர் பிளாக் பாலின ஒருங்கிணைப்பாளர் அஞ்சலி சாட்டர்ஜி இங்குள்ள அரசுப்பள்ளிகளின் குறுகிய மனப்பான்மை குறித்துக் கூறினார். ஆசிரியர்கள் பாடம் சொல்லிக்கொடுப்பது தவிர, மக்கள்தொகைக் கணக்கெடுப்பு, போலியோ பிரசாரம் போன்ற அனைத்து நடவடிக்கைகளிலும் ஈடுபடுவதாக அவர் தெரிவித்தார். தவிர, குடும்பங்களிலும் கல்விக்கு எதிர்ப்பு நிலவுகிறது. 2001 மக்கள் தொகைக்

கணக்கெடுப்பின்போது, ஒரு கிராமத்தின் மூதாட்டி, "எங்கள் குழந்தைகளை எல்லாம் நீங்கள் சிறைபிடித்து விட்டீர்கள்" என்று புகார் செய்ததாக சாட்டர்ஜி கூறினார். மணமகன் மணமகளுக்கு பணம் கொடுத்து திருமணம் செய்யும் வழக்கம் இருப்பதால் விரைவிலேயே திருமணம் முடித்துக் கொடுக்கப்படுகின்றனர்.

ஜாபுவா மற்றும் அண்டை மாவட்டங்களைச் சேர்ந்த எம்விஎஃப் ஊழியர்கள் ஒவ்வொருவரும், திட்டங்களை இங்கு செயல்படுத்துவது எவ்வளவு கடினம் என்பதை விளக்கினர். தொடக்கத்தில் மக்களை அணுகியபோது, பணம் அல்லது பொருள் வழங்க வந்தவர்களாக மக்கள் எண்ணினர். தாம் எதையும் கொடுப்பதற்காக வரவில்லை, குழந்தைகளினஅ கல்விக்காக வந்தோம் என்று படிப்படியாக விளக்க வேண்டியிருந்தது என்று அலிராஜ்புர் எம்விஎஃப் ஊழியர் நாராயணா தெரிவித்தார். மக்களின் நம்பிக்கையைப் பெறுவது பெரும் சவாலாகும். அதிகாரிகளின் புறக்கணிப்புப் போக்கை வருணித்தார் எம்விஎப் ஊழியர் சீனிவாஸ்—"ஆரம்பத்தில் ஆந்திராவில் இருந்து வந்துள்ள 'தலைவர்கள்' என்று எங்களை கேலி செய்தனர். இவர்களுக்கு இங்குள்ள நிலைமை ஒன்றும் புரியாது என்று எண்ணினர். மாவட்ட ஆட்சியரைச் சந்திக்கவே பல நாட்கள் காத்திருக்க வேண்டியிருந்தது. சமூகத் திரட்டல் மேற்கொண்டு, இந்த 'ஆபத்தான' பகுதிகளில் உறைவிட பாலம் முகாம்கள் தொடங்கிய ஆறு மாதங்களில் நிலைமை மாறியது."

கர்கோன் கிராமத்தில் பணியாற்றும் எம்விஎஃப் ஆதார வல்லுனர் சந்து கூறும்போது, அவர் முன்னர் பணியாற்றிய பகுதியில் குழந்தை உழைப்பாளிகளே இல்லை எனக் கூறப் பட்டதாம். அவர் கணக்கெடுப்பில் ஈடுபட்டபோது, பள்ளி ஆசிரியர் அதே ஊரைச் சேர்ந்தவராக இருந்தும்கூட, பள்ளி மூடப்பட்டிருந்தது தெரிந்தது. சர்வேயின்போது பள்ளி பற்றி கேள்வி கேட்காமல் இருந்தால்தான் நான் கூட வருவேன் என்று சந்துவிடம் அங்குள்ள கிளஸ்டர் கல்விக்கழக ஒருங்கிணைப்பாளர் கூறினாராம். இப்போது இளைஞர் குழுக்கள் ஊக்குவிக்கப்பட்டு, உறைவிட பாலம் முகாம் அமைக்கப்பட்டது. அதன்பிறகு நிலைமை மாறியது. ஜிரின்யா பிளாக் சக்ரா கிராமத்தில், அக்கிராம பட்டேல் அங்குள்ள

பள்ளிக்கட்டிடத்தை ஆக்கிரமித்து தானியக்கிடங்காக பயன் படுத்தி வந்தார். அங்கிருந்து அவரை வெளியேற வலியுறுத்தி, பள்ளி தொடங்கப்பட்டது. 30-40 குழந்தைகள் சேர்ந்தனர். அவருடைய மனதை மாற்றுவதற்காக, இங்கே பள்ளி இருந்தால் உங்களுக்குத்தான் பெருமை என்று கூறி சமாதானம் செய்தனர்.

எம்விஎஃப்பின் அனுபவமிக்க ஊழியரும், பத்வானி எம்விஎஃப் ஆதார வல்லுனருமான ஜகன்னாத், ஆந்திரப் பிரதேசம் மற்றும் மத்தியப் பிரதேச நிலைமைகளை ஒப்பிட்டுக் காட்டினார். "ஆந்திரத்தில் குழந்தைத் தொழிலாளர்களை விடுவிக்க பண்ணையார்களுக்கு எதிராகப் போராடினோம். இங்கே பெற்றோருக்கு எதிராகப் போராடுகிறோம். இங்கு குழந்தைகள்தான் கால்நடை மேய்ப்பவர்கள். அவர்களைப் பள்ளிக்கு அனுப்ப பெற்றோர் சம்மதிக்கவில்லை. ஆரம்பத்தில் எங்களுக்கு ஒரு டம்ளர் தண்ணீர்கூடத் தரமாட்டார்கள். இப்போது சோள ரொட்டிகள் மட்டுமல்ல, தூங்குவதற்கு கம்பளி போன்றவைகளும் தருகிறார்கள்" என்று கூறினார்.

கந்த்வா மாவட்டம், கால்வா பிளாக்கைச் சேர்ந்த ராமேஷ்வர், நர்மதா அணையால் குஜராத்துக்கு இடம் பெயரும் நிலைமையைச் சுட்டிக்காட்டினார். தார் எம்விஎஃப் ஊழியர் பாலாஜி, அப்பகுதி எவ்வளவு பின் தங்கியிருக்கிறது என்பதை விளக்கினார். அக் கிராமப் பெண் பஞ்சாயத்துத் தலைவர் தனது விரல்ரேகையை எடுத்துவிடுவார்கள் எனப் பயந்து, தனது விரல்களை மறைத்துக் கொண்டாராம்.

ஆந்திராவை ஒப்பிடும்போது இங்கே சாதி, வர்க்க வேறுபாடுகளுக்கு முக்கியத்துவம் இன்றி கிட்டத்தட்ட ஒரே சமுதாயமாக இருக்கிறது, ஒரு சிலரைத் திரட்டிவிட்டால், ஏனையோர் எளிதாக பின் தொடர்ந்துவிடுவர் என்று எம்விஎஃப் மாநிலத் தலைவர் வி.வி. ராவ் விளக்கினார்.

கிராமங்களில் பள்ளி செல்லாத குழந்தைகள் குறித்து எம்விஎஃப் கணக்கெடுப்பு நடத்தியதில், பள்ளி செல்லாத குழந்தைகளின் எண்ணிக்கையைக் குறைவாகக் காட்டி அரசு வெளியிட்ட புள்ளிவிவரங்கள் போலியானவை எனத் தெரிய வந்தது. இதனால், சில குறிப்பிட்ட பகுதிகளில் மட்டும் சர்வ சிக்ஷா அபியான் திட்டத்தை அமல்படுத்தினர். ரத்லாம் மாவட்ட, பஜ்னா ஒன்றிய பண்டாரியா கிராமக் கல்விக்கழக

ஒருங்கிணைப்பாளர் திக்ரியா, கிராமப் பள்ளி ஆசிரியராகவும் உள்ளார். குழந்தை வருகைப் பதிவேடு எதுவும் பராமரிக்கப் படுவதில்லை என்றும், பள்ளிகளிலிருந்து குழந்தைகள் யாரும் நின்றதாகக் காட்டப்படவில்லை என்றும் கூறினார். அவர் எம்விஎஃப் உடன் மேற்கொண்ட கணக்கெடுப்பில் 148 பள்ளி செல்லாக் குழந்தைகள் இருப்பது கண்டு அதிர்ச்சியடைந்தனர். ஆனால், அங்கு பள்ளிப் படிப்பைக் கைவிட்டவர்களே இல்லை என அரசு கூறியது. உள்ளூர் இளைஞர்கள் இருவரைத் தொண்டர்களாகக் கொண்டு 40 குழந்தைகளுக்கான உறைவிட மில்லாத பாலம் முகாம் முதல் நடவடிக்கையாக ஆரம்பிக்கப் பட்டது.

செம்லியாவில் மேற்கொண்ட ஆய்வு, உறைவிட பாலம் முகாம்களை நடத்துவதற்கு எம்விஎஃப் எவ்வாறு உதவியது என்பதைக்காட்டியது. தண்ட்லா மாவட்டக் கல்விமையம், செம்லியா உறைவிட பாலம் வகுப்புகள் (செப்டம்பர் 2005) என்ற பிரசுரத்தை வெளியிட்டது. ‘ஆரோக்கியமான ஜாபுவா, தூய்மையான ஜாபுவா, கல்விகற்ற ஜாபுவா’ என்ற மணிவாசகம் அதன் அட்டையில் பொறிக்கப்பட்டிருந்தது. இங்கே, 1 உயர்நிலைப் பள்ளி, 1 நடுநிலைப்பள்ளி, 5 கல்வி உத்தரவாதப் பள்ளிகள் இருந்தும், 5-14 வயதுக்குட்பட்ட 953 குழந்தைகளில் 91 பேர் பள்ளிக்குச் செல்லவில்லை. இந்த 91 குழந்தைகளுமே வயதில் பெரியவர்கள்; எனவே, வழக்கமான பள்ளிக்குச் செல்ல அவர்கள் தயங்கினர். ஆனாலும், அவர்கள் படிக்க விரும்பினர். ஆசிரியர்கள் வீடு வீடாகச் சென்று, குழந்தைகளைத் திரட்டி உறைவிடப் பாலம் வகுப்பு தொடங்கப்பட்டது. தொடக்கத்தில், குழந்தைகள் அடிக்கடி வீட்டுக்கு ஓடிவிடும் பிரச்சினை இருந்தது. அவர்களின் பாதுகாவலர்கள் தொடர்புகொள்ளப்பட்டு குழந்தைகளின் வருகை உறுதிசெய்யப்பட்டது. இந்த உறைவிட பாலம் பள்ளி வெற்றியடைந்தது. 50 மாணவர்களில் 44 பேருக்கு தேர்வுகள் நடத்தப்பட்டு, 44 பேர் (19 மாணவர்கள் ஏ கிரேடு, 17 மாணவர்கள் பி கிரேடு, 2 பேர் சி கிரேடு, 6 பேர் டி கிரேடு) தேர்ச்சி பெற்றனர். இவர்களின் தகுதியின்படி வழக்கமான பள்ளிகளில் சேர்க்கப்பட்டனர். உறைவிட பாலம் முகாம்கள் ஆசிரியர்கள் (எஸ்.எஸ்.ஏ திட்டத்தின்கீழ்), சர்பஞ்ச், மாவட்ட பிரதிநிதிகள், மாவட்ட, ஒன்றிய அலுவலர்கள், கல்விக்குழுத்

தலைவர்கள், ஒன்றிய ஆதாரங்கள் ஒருங்கிணைப்பாளர் மற்றும் எம்விஎஃப் ஊழியர்கள் என அனைவராலும் கண்காணிக்கப் பட்டது.

ரத்லாம் மாவட்டம் சைலானா, பஜ்னா ஒன்றியங்களில் மேற்கொள்ளப்பட்ட ஆய்வு, பாலம் வகுப்புகளுக்கும், பிராதன பள்ளிகளுக்கும் இடையேயான உறவுகளைத் தெளிவாகக் காட்டுகிறது. சைலானா முகாமில் 100 சிறுமிகள் இருந்தனர். இவர்களில் 88 பேர் வழக்கமான பள்ளிகளில் சேர்க்கப் பட்டனர். இதில் 9 பேர் ஷிவ்கர் ஆசிரமங்களிலும், 79 பேர் பீலோன் கி கேடி மாணவியர் விடுதியிலும் அனுமதிக்கப் பட்டனர். பஜ்னா முகாமில் 100 சிறுமிகள் இருந்தனர். இவர்களில் 92 பேர் வழக்கமான பள்ளிகளில் சேர்க்கப் பட்டனர். இதில் 18 பேர் ஆசிரமங்களிலும், 74 பேர் ராவ்டி மாணவியர் விடுதியிலும் அனுமதிக்கப்பட்டனர்.

இரண்டு மாணவிகளிடம் இருந்து பெறப்பட்ட வாக்கு மூலங்கள் உறைவிட பாலம் வகுப்புகள் எவ்வாறு திறமையாகச் செயல்பட்டன என்பதை உறுதிசெய்தன. செம்லியா கிராமத்தைச் சேர்ந்த மாகு, வல்கியின் மகள் துர்கா, "நான் படிக்க விரும்பினேன். ஆனால், பள்ளிக்குப் போனதில்லை. ஆடு மேய்த்தேன், காடு, மலைகளில் வெறும்கால்களில் நடந்தேன்" என்று கூறினார். அவர் உறைவிட பாலம் முகாமில் சேர்க்கப்பட்டபின், அவரைப் பார்க்கச் சென்ற பெற்றோர், அங்கு அவள் படிப்பதைக் கண்டு மகிழ்ச்சி அடைந்ததுடன், அவளுக்கு செருப்பும், துணிகள் வைக்க பெட்டியும் வாங்கித் தந்தனர். பின்னர் ராவ்டி மாணவியர் விடுதியில் 5ஆம் வகுப்பில் துர்கா சேர்க்கப்பட்டார். பஜ்னா ஒன்றியம் பஜ்ரங் கர் கிராம ராம்சந்தர், ஜெண்டி பாய் மகள் சுந்தரி கால்நடை மேய்ப்பதற்காக பள்ளியில் இருந்து நிறுத்தப்பட்டபோது 5ஆம் வகுப்பில் படித்துக் கொண்டிருந்தார். பாலம் முகாமில் சேர்ந்த பின்னர் அவரைப் பார்க்கச் சென்ற பெற்றோர், அங்கு அவள் படிப்பதைக் கண்டு மகிழ்ச்சி அடைந்ததுடன், அவளுக்கு செருப்பும், துணிகள் வைக்க பெட்டியும் வாங்கித்தந்தனர். 5ஆம் வகுப்புத் தேர்வில் தேர்ச்சியடைந்து நடுநிலைப்பள்ளியில் சேர்க்கப்பட்டார் சுந்தரி.

உண்மையில், சர்வ சிக்ஷா அபியான், பெண்களுக்கு அடிப்படைக் கல்வி வழங்கும் தேசியத் திட்டம் மற்றும்

எம்விஎஃப் ஆகியவற்றால் உருவாக்கப்பட்ட ஆவணங்கள் மிக விரிவானவை. குழந்தைகளிடம் பெறப்பட்ட வாக்குமூலங்கள், தகவல் அட்டவணைகள் பள்ளிகளில் குழந்தைகள் சேர்க்கப் பட்ட விவரம், உறைவிட பாலம் முகாம்களில் சேர்க்கப்பட்ட குழந்தைகள், வயதுக்கு ஏற்றபடி அவர்கள் உருவாக்கப்பட்ட விவரங்கள், பாலினம் போன்ற விவரங்களை அவை பட்டியலிட்டன.

குழந்தைகள் மற்றும் பெற்றோரை ஊக்கப்படுத்தல், சம்மதிக்கச் செய்தல் ஆகியவை எம்விஎஃப்-இன் பங்கு என்பது தெளிவாகத் தெரிந்தது. உதாரணமாக, பாலம் வகுப்புகளால் வழக்கமான பள்ளிகளில் சேர்க்கப்பட்ட குழந்தைகளின் பெற்றோர் ஒரு நிகழ்ச்சியில் பாராட்டப்பட்டனர். நோக்கப் படுத்துதலும், எச்சரிக்கையும் ஒரே நேரத்தில் நிகழ்ந்தது. தம் குழந்தைகளைப் பள்ளிக்கு அனுப்புவதாகப் பெற்றோர் உறுதிமொழி ஏற்கச் செய்யப்பட்ட அதேவேளையில், பள்ளிக்கு வராத ஒவ்வொரு குழந்தைக்கும் நாளொன்றுக்கு 5 ரூபாய் அபராதம் விதிக்கப்பட்டது. குழந்தை உரிமைப் பாதுகாப்பு அமைப்பு, எம்விஎஃப், காந்த்வா மாவட்ட கால்வா ஒன்றிய எஸ்.எஸ்.ஏ. ஆகியவை வெளியிட்டுள்ள பிரசுரம் சமுதாயத்திடம் இவ்வாறு கேட்கிறது: "உங்கள் குழந்தைகள் ஏன் பள்ளிக்குச் செல்லக்கூடாது? கற்பதற்கும், விளையாடு வதற்குமான குழந்தை உரிமைகள் பணக்காரர்களுக்கு மட்டும் சொந்தமானதா?" இது தனது குழந்தைகளுக்கு ஏதாவது செய்யவேண்டுமென்ற செய்தியை பெற்றோருக்குக் கொண்டு சென்றது. குழந்தைகள் குறித்த பெற்றோரின் கனவு மெய்ப்படச் செய்யவேண்டியது அரசின் கடமை என்பதும் அதில் சுட்டிக்காட்டப்பட்டுள்ளது.

இந்தப் பிரசுரம் காட்டுவது போல, எம்விஎஃப்-இன் சிறப்பான பங்களிப்பு என்பது சமூகத்தைத் திரட்டியதுதான்; அனைவருமே இதை ஒப்புக்கொள்கிறார்கள். கிராம மக்கள் தம் கையில் வெல்லத்தை வைத்து, குழந்தைகளை பள்ளிக்கு அனுப்புவதாக சத்தியம் செய்ய வைத்தது பற்றி பத்வானியில் உள்ள எம்விஎஃப் ஆதார வல்லுநர் ஜெகன்னாத் கூறினார்.

எம்விஎஃப் உண்மையிலேயே உருவாக்கிய ஒரு மாற்றம் என்னவென்றால், ஒரு திட்டத்தை உருவாக்கி, அமல்படுத்தி, கண்காணிக்கும் செயல்முறையை தொடர் நடவடிக்கைகளாக

வேறு பகுதிகளிலும் நடைமுறைப்படுத்தல்

உருவாக்கி, அதைக் காலக்கிரமத்தில் விமர்சனத்துக்கு உட்படுத்தி வந்ததாகும்.

எஸ்.எஸ்.ஏ அமல்படுத்தி வந்த திட்டத்தில் மேற்கொள்ளப் பட்ட மாற்றம் என்னவென்றால், கல்வி வழங்குவதுடன் இதர சமூகப் பிரச்சினைகள் குறித்த விழிப்புணர்வை உருவாக்கும் பொருட்டு, குழந்தை உரிமை பாதுகாப்பு அமைப்பு போன்ற அமைப்புகளுடன் இணைப்புகள் உருவாக்கியதுதான். தன் முனைப்பு முகாம், வீடு வீடாகப் பிரச்சாரம், ஆசிரியத் தொண்டர்கள் வெளிப்படையாகத் தேர்வு, குழந்தைகள் அனைவரும் உடனே பள்ளியில் சேர்க்கப்பட உதவும்படி அரசியல்வாதிகளுக்கு அழைப்புவிடுத்தல், அவ்வப்போது உள்ளூர் தினசரிகளில் விளம்பரம் போன்ற கூடுதல் மாற்றங்களும் சேர்க்கப்பட்டன.

அனைவருக்கும் கல்வி வழங்கும் சொந்த நோக்கத்தை நிறைவேற்ற பல்வேறு அரசுத் துறைகள் மற்றும் அரசுத் திட்டங்களையும் எஸ்.எஸ்.ஏ உள்ளிணைத்தது. உறைவிட பாலம் முகாம்கள் நடத்துவதில் கல்வித்துறையுடன் பல்வேறு அரசுத் துறைகளும் இணைக்கப்பட்டன. உதாரணமாக, கார்கோனில், பள்ளிக் கட்டிட வாடகைக்காக எஸ்.எஸ்.ஏ. திட்டத்தில் ஒதுக்கப்பட்ட நிதி, பாலம் முகாம்கள் நடத்துவதற் காக பழுதடைந்த பஞ்சாயத்து பவன் போன்ற அரசுக் கட்டிடங்களைப் பழுதுபார்க்கப் பயன்படுத்தப்பட்டது; 350 குழந்தைகள் மற்றும் 44 ஊழியர்களுக்கு குடிமைப்பொருள்கள் விநியோக அட்டை வழங்கப்பட்டது, வறுமைக்கோட்டுக்கு கீழ் உள்ளவர்களுக்கான திட்டத்தில் மண்ணெண்ணெய், உணவு தானியங்கள் வழங்கப்பட்டன. மகளிர் மேம்பாட்டுத் துறை, பழங்குடியினர் மேம்பாட்டுத் துறை, கால்நடை மேம்பாட்டுத்துறை போன்றவை ஒத்துழைக்குமாறு அறிவிக்கை வெளியிடப்பட்டது. பத்வானியில், பொது சுகாதாரம் மற்றும் நீர்ப்பாசனத் துறைகள் உறைவிடப் பாலம் முகாம்கள் நடத்துவதற்கான குடிநீர் வசதி வழங்க ஈடுபடுத்தப்பட்டன. கிராமப்புற வேலையில்லாதோருக்கான சுய வேலை வாய்ப்புத் திட்டத்தின்கீழ் சமையல் கூடம் கட்டப்பட்டது.

கஸ்ராவாட் மாவட்ட கல்வி ஒருங்கிணைப்பாளர் 13-11-2005 வெளியிட்ட சுற்றறிக்கை சுவாரஸ்யமானது. பள்ளி செல்லாத குழந்தைகள் அனைவரும் உறைவிட பாலம் வகுப்பு

களில் இருக்கச் செய்வது அனைத்துக் கல்வி மையங்களின் தனிப்பட்ட பொறுப்பு என்று அது உத்தரவிட்டது. வெறும் ஏட்டளவிலேயே நிற்கும் இதர அரசுத் திட்டங்கள் போலன்றி எஸ்.எஸ்.ஏ. திட்டம் சிறப்பாக அமல்படுத்தப்படுவதை இது சுட்டிக்காட்டுகிறது. இத்திட்டம் குறித்த விழிப்புணர்வை ஏற்படுத்த அரசு அதிகாரிகள் களத்துக்கே சென்றனர். உதாரணமாக, பத்வானி மாவட்ட ஆட்சியர் துபே, காவல் துறைக் கண்காணிப்பாளர் ஆஷா மாதூர் இருவரும் இணைந்து கூட்டங்களில் கலந்துகொண்டனர். ஒரு பெண் குழந்தைக்கு கல்வி அளிப்பது அவளது தந்தை, கணவர் என இரு வீடுகளிலும் ஒளி ஏற்றுகிறது என்று முன்னவரும், கிராமத்திலுள்ள பெண்கள் மற்ற பெண்கள் கல்வி கற்கச் செய்யும் செய்தியாளர்களாகப் பணியாற்றவேண்டும் என்று பின்னவரும் கூறினர்.

சமுதாயத் தன் முனைப்புக்கான சிறந்த உதாரணமாக, ரட்லம் மாவட்டம், பஜ்னா ஒன்றியம், புரிகா கிராம ஆரம்பப் பள்ளி பெற்றோர் ஆசிரியர் கழகத் தலைவர் ஜீவன்லால் மூயா உள்ளார். 40 குழந்தைகளை உறைவிட பாலம் வகுப்புகளில் சேரச்செய்து, கிராம பஞ்சாயத்துக் கட்டிடத்தில் நடுநிலைப் பள்ளி வரச் செய்து, அப்பள்ளிக்கு நிரந்தரக் கட்டிடம் கோரி கிராம மக்களைத் திரட்டி, அதை நிர்வாகம் நிறைவேற்றித் தரும்படியும் செய்தார்.

ஜாபுவா எம்விஎஃப் ஊழியர் சீனிவாசன் கூறியபடி, மேக்நகர் ஒன்றியம் தேவிகார் கிராமத் தலைவர் தர்சிங் பர்கி ஒரு உறைவிட பாலம் முகாம் அமைத்து, அதற்கான ஆதாரங்களை அனைத்து அரசுத் துறைகளிலிருந்தும் திரட்டியுள்ளார். கல்வி என்பது எதிர்காலத்துக்கான நெடுஞ்சாலை என்று கருத்துப்பூர்வமாக விளக்கினார். 100 குழந்தைகளுக்கான முகாம் நடத்திவரும் ஜன்பாதா அத்யக்ஷா, பால்சிங் மேடா (ராமா ஒன்றியம்) அளித்த வாக்குமூலத்தின்படி, முகாமில் சேர்ந்தால் 1 முதல் 4 வரை 4 ஆண்டுகளில் படிக்க வேண்டியதை முகாமில் ஒன்பதே மாதங்களில் கற்றுத் தருகிறார்கள் என்று கூறிச் சேர்த்துள்ளார்.

கர்த்தாவாட் பாடி (பெட்லவாட்) பெற்றோர் ஆசிரியர் கழகத் தலைவர் பாரத் ரஞ்சன், கஸ்தூரிபா காந்தி பாலிகா வித்யாலயா நடத்துகிறார். உள்ளூர் சமுதாயத்தினரின்

நம்பிக்கையைப் பெறுவதுதான் மிகப்பெரிய சவால் என அவர் அழுத்திக் கூறுகிறார். கத்திவாடா ஒன்றியம் பாஜியானா கிராமத் தலைவர் பச்சு சிங், எம்விஎஃப் ஊழியர் நாராயணா உடன் இணைந்து பள்ளி செல்லாத குழந்தைகளைக் கணக்கெடுத்து, முகாம் உருவாக்கி தாமே இடம் வழங்கி மேற்பார்வையிடுகிறார்.

கல்வி கற்ற பெண்கள் விகிதம் 41.53% உள்ள பின்தங்கிய பழங்குடி மக்கள் வாழ்விடமான காந்த்வா பகுதியில், கால்வா கிராமத்தில் பெண்களுக்கான முதல் வகுப்புகள் 2004இல் உள்ளூர் பஞ்சாயத்து, எம்.எல்.ஏ., எம்.பி. உதவியுடன் தொடங்கப்பட்டது. பின்னர் புலம்பெயர்ந்த தொழிலாளர் களின் பெண் குழந்தைகளுக்கான 21 பருவகால விடுதிகள் தொடங்கப்பட்டன.

ஜாபுவா மாவட்டம், தேபார் பாடியில் மாவட்ட பஞ்சாயத்துத் தலைவர் ராம் சந்தர் பாபரை நாங்கள் சந்தித்தோம். அவர் மூன்று ஆண்டுகளாக உறைவிட பாலம் முகாம் நடத்தி வந்தார். தன் முன்முயற்சி இன்று 433 உறைவிட பாலம் முகாம்களுக்கு மாதிரியாக இருப்பது குறித்து பெருமை தெரிவித்தார். ஜாபுவா மாவட்டம் பின்தங்கியே இருப்பது தான் அவருக்கு கோபத்தை ஏற்படுத்தியது. அவருடைய மனைவி கர்மா இப்போது கிராமத் தலைவராக இருக்கிறார். மக்களைத் திரட்டுவது பற்றி விளக்கிய நுர்கா பாபர் என்பவர், "எங்கள் முகாமுக்கு ஒவ்வொரு கிராமமும் ஒரு பெண்ணையும் ஒரு பையனையும் தர வேண்டும் என்று கிராமத்தினரிடம் வேண்டிக் கொண்டோம்" என்றார். முகாமின் சமையலாள் தாபு என்பவரையும் நாங்கள் சந்தித்தோம். அவரும் பெண் குழந்தைகளை பள்ளிக்கு அனுப்புமாறு கிராமத்தினரை வலியுறுத்தி வந்தவர். சும்லி கமர் என்ற பெண் முதலில் தன் மகளை உறைவிட பாலம் முகாமுக்கு அனுப்பினார், இன்று முறையான பள்ளிக்கு அனுப்புகிறார். ஜாபுவா நகரின் புறநகர்ப் பகுதியாக இருக்கும் வளமான இந்த கிராமத்துக்கும், தொலைவில் இருக்கும் அலிராஜ்பூர் கிராமத்துக்கும் உள்ள வேறுபாடு பளிச்செனத் தெரிகிறது.

வட்டார ஆதாரக் குழுக்கள், கிளஸ்டர் கல்வி மையங்கள் ஆகியவை பள்ளி செல்லாத குழந்தைகளை சென்றடையும் திட்டத்தை மேற்கொள்வதற்கு திறன் உருவாக்குவதில்

எம்விஎஃப் உதவியது. பெற்றோர் உள்பட சமூகத்தைத் திரட்டுவதிலும், உள்ளூர் இளைஞர் குழுக்களை அடையாளம் கண்டு ஒருங்கிணைப்பதிலும், பள்ளி நிர்வாகக் குழுக்கள் மற்றும் கிராம பஞ்சாயத்துகளின் திறன்களை மேம்படுத்தவும், குழந்தை உழைப்பு குறித்த விழிப்புணர்வை ஏற்படுத்தவும் எம்விஎஃப் மாவட்ட அளவில் எஸ்.எஸ்.ஏ.வுக்கு ஆதரவளித்து வருகிறது. இளம் தொண்டர்கள் மற்றும் அட்டவணைப் பிரிவு மக்களுக்கு பயிற்சிகளைத் திட்டமிடவும் அளிக்கவும், பாலம் வகுப்புகளை நடத்தவும் வட்டார ஆதாரக் குழுக்களுக்கு உதவி வருகிறது. பாலம் முகாம்களை நடத்துவது, பாடத்திட்டத்தை உருவாக்குவது முதல் பதிவேடுகளைப் பராமரிப்பது வரை என அனைத்திலும் எம்விஎஃப் ஊழியர்கள் தொண்டர் களுக்குப் பயிற்சியளித்தனர்.

எம்விஎஃப்-இன் பலம் என்பது, பண்பாட்டுத் திருவிழாக் களைப் பயன்படுத்திக் கொள்வதுடன் சுற்றுப் பயணங்கள், கூட்டங்கள், பேரணிகள், வீட்டுக்கு வீடு பிரச்சாரங்கள் போன்றவற்றால் மக்களை ஊக்கப்படுத்துவதில் அடங்கி உள்ளது. நிமாட் கிராமத்தில் குழந்தைகளைத் திரட்டும்போது கொராகு, பரேலா, கோண்டி ஆகிய மூன்று மொழிகளிலும் நாட்டுப்புறப் பாடல்களைப் பயன்படுத்தியதாக கார்கோன் கிராம எம்விஎஃப் ஊழியர் சங்கர் தெரிவித்தார்.

ஜாபுவா, மேக்நகர் ஒன்றியம், பாலின ஒருங்கிணைப் பாளர் அஞ்சலி சக்கரவர்த்தி, ரம்பாபூர் கிராம ஆசிரியையும் ஆவார். எம்விஎஃப் ஊழியர்கள் அரசு ஊழியர்களாக இல்லாததால் மிகவும் திறமையாக கிராம சமுதாயங்களின் நம்பிக்கையைப் பெற முடிந்துள்ளது என்று கூறினார். அரசு அமைப்புகள் பெறத்தவறவிட்ட சமுதாய நம்பிக்கையைப் பெற முடிந்ததே எம்விஎஃப் வெற்றி என்று அவர் கூறினார்.

எம்விஎஃப் முயற்சியால் உள்ளூர் நாளிதழ்களில் செய்தி வரச்செய்தது நல்ல பலனளித்தது; பிரபாத் கிரண், நவ்பாரத், தைனிக் பாஸ்கர், சௌதா சன்சார், தைனிக் ஜாக்ரண் போன்ற நாளிதழ்கள் சிறப்பாக செய்திகளை வெளியிட்டு வருகின்றன. பிரச்சினைகளை இவை வெளியிடும் விதமும் சிறப்பானது. முகாம்களின் செயல்முறையை விளக்கும் ஒருங்கிணைப்பாளர் களாகத் தேர்ந்தெடுக்கப்படுபவர்களின் பெயர்களை வெளியிடுவது முதல், செய்திகள் வெளியிடுவதோடு

மட்டுமல்லாமல், விழிப்புணர்வு ஏற்படுத்துபவர்களாகவும், கண்காணிப்பாளர்களாகவும், சமுதாயத்துக்கு எச்சரிக்கை செய்பவர்களாகவும் செயல்படுகின்றன. தைனிக் பாஸ்கர் 2005 நவம்பர் 6 இதழில், ஒருங்கிணைப்பாளர்களைத் தேர்வு செய்வதில் அரசியல்வாதிகள் செல்வாக்கு செலுத்த முயன்ற போதிலும் நிர்வாகம் அதற்கு வளையாமல் நேர்மையாகத் தேர்வுசெய்தது என்று திருப்தி தெரிவித்துள்ளது. ஒழுங்காக பள்ளிக்கு வராத ஆசிரியர்கள் மீது நடவடிக்கை எடுப்பது நியாயம் என்று செய்தியை வெளியிட்ட நாளிதழின் குரலைக் காணமுடிகிறது. நயீ துனியா நாளிதழ், 18-5-2005 அன்று, ‘அப்பாவிக் குழந்தைகளிடமிருந்து குழந்தைமையைப் பறிக்காதீர்’ என்றும், 19-9-2006 அன்று ‘பெண் குழந்தைகள் அரசு செலவில் கல்வி கற்க வேண்டும்’ என்றும் தலைப்புச் செய்திகள் வெளியிட்டது.

மக்களை விரோதிகளாகப் பாவிக்காமல் அரவணைத்துச் சேர்த்துக் கொள்ளும் அணுகுமுறையை எம்விஎஃப் ஆதார வல்லுனர் ஜகன்னாத் வலியுறுத்தினார். பள்ளி செல்லாக் குழந்தைகள் குறித்த அரசுத் தகவல்கள் தவறானவை என்று தெரிந்தபோதும், ஆசிரியர்களிடம் நீங்கள் கூறும் தகவல்கள் தவறு என்று நேரடியாகக் கூறுவதில்லை. கிராமக் கூட்டத்தைக் கூட்டி பள்ளி செல்லும் குழந்தைகள் யார்-யார், பள்ளி செல்லாதவர்கள் யார்-யார் என்று கேட்கப்படுகிறது. அப்போது உண்மையான தகவல்கள் வெளிவருகின்றன.

இந்த அமைப்பின் முக்கியக் கருவிகளாக எம்விஎஃப் ஆதார வல்லுநர்கள் இருக்கிறார்கள். அரசின் பல்வேறு கல்வித் திட்டங்களின் அம்சங்களை நிறைவேற்றுவது, பெற்றோர்-குழந்தைகளை ஊக்குவிப்பது, அதிகாரிகளின் திறன் மேம்படுத்துவது, பாலம் முகாம்களை நடத்துவது, திட்டத்தை சமூக உடைமையாக ஆக்குவது என அனைத்திலும் அவர்கள் பணி மகத்தானது. சில கிராமங்கள் ஆரம்பகட்டத்தில் உள்ளன, சில கிராமங்களில் சமூக உடைமையாக்கம் நடைபெற்று வருகிறது. இத்திட்டம் வெற்றிகரமாக வேறு பகுதிகளில் நடைமுறைப்படுத்தத் தேவையானது—எந்த வட்டாரத்தில் வெற்றிகரமாக நடைபெறுகிறதோ அது மாவட்டத்தின் மற்ற வட்டாரங்களுக்கு ஆதார வளமாக இருக்க வேண்டும் என்பதே.

10

குழந்தை உரிமைகளுக்கான மக்கள் இயக்கம்

எம்விஎஃப்-இன் வெற்றி வெளிப்படையாகத் தெரிகிறது. சங்கர் பள்ளி கிராம பஞ்சாயத்துகளுக்கு எம்விஎஃப் தொண்டர்கள் செல்ல மூன்று ஆண்டுகள் ஆனது. இப்போது செவல்லா கிராம பஞ்சாயத்துகள் தாமாகவே வந்து எம்விஎஃப் ஊழியர் களைத் தமது கிராமங்களுக்கு அழைக்கின்றன. குழந்தை உழைப்பு அகற்றல், கல்வி, குழந்தைத் திருமணம் தடுப்பு போன்ற முக்கியப் பிரச்சினைகள் குறித்து சமுதாய விழிப்புணர்வு அதிகரித்து வருகிறது. இப்போதெல்லாம் குறைவான முயற்சிகளிலேயே பெருமளவில் இலக்கை அடைய முடிகிறது. இப்போதெல்லாம் முன்புபோல அதீத சம்பவங்கள் நடப்பதில்லை என்று பரிகி மண்டல் செயல்பாட்டாளர் களுடனான சந்திப்பின்போது கூறினர். பரிகி சமுதாயத்தினர் மிகவும் விழிப்புடன் இருப்பதாகவும், பெற்றோர், தொண்டர்கள் இருதரப்பினரும் மிகவும் இணக்கமாகச் செயல்படுவதாகவும் கூறினர்.

பயிற்சி மற்றும் ஆதாரங்கள் முகமை என்ற மற்றொரு பங்களிப்பினை எம்விஎஃப் வெற்றி வழங்கியுள்ளது. ஆசிரியர்கள், அதிகாரிகளை உணர்வூட்டி, இப்பிரச்சினையில் ஆர்வமுள்ள என்ஜிஓக்களுக்குப் பயிற்சி வழங்குகிறது. எம்விஎஃப் ஒரு வலைப்பின்னல் முகமையாகச் செயல்பட்டு, குழந்தை உழைப்புக்கு எதிரான திட்டங்களைத் தலைமை யேற்றுச் செல்கிறது. காளகஸ்தி கோயில் நகரில் நடைபெறும் ஒட்டுமொத்த குழந்தைத் திருமணங்களை நிறுத்த, 2006இல் சுமார் 40 என்.ஜி.ஓக்களை ஒன்றிணைத்தது. இதன்மூலம் 1,000க்கும் அதிகமான குழந்தைத் திருமணங்களைத் தடுக்க முடிந்தது. குழந்தை உழைப்பு (தடுப்பு மற்றும் முறைப்படுத்தல்) சட்டம், 1986 திருத்தப்படுவதை ஆதரித்து பிரசாரம் செய்தும்,

ஆதரவு திரட்டியும் எம்விஎஃப் செயல்பட்டுள்ளது. ஒரு லட்சத்துக்கும் அதிகமான கையெழுத்துகள் திரட்டப்பட்டு, நாடாளுமன்ற உறுப்பினர்களுக்கு அனுப்பப்பட்டது.

பாலம் வகுப்பு மாதிரியை, ஆந்திரப் பிரதேச அரசின் சமூக நலத் துறை 'பள்ளிக்குத் திரும்புவோம்' திட்டத்தில் இணைத்து மாநிலம் முழுவதும் அமல்படுத்துவது எம்விஎஃப் அடைந்த வெற்றிக்கு அளவுகோலாகும். இதன்மூலம் மூன்று லட்சத்துக்கும் அதிகமான குழந்தைகளை சென்றடைய முடிந்தது. ஒவ்வொரு மாவட்டத்திலும் குழந்தைத் தொழிலாளர் முறையிலிருந்து விடுவிக்கப்பட்ட குழந்தைகளுக்கான சிறப்பு உறைவிட பாலம் முகாம்களை மாநில மகளிர் மற்றும் குழந்தைகள் மேம்பாட்டுத்துறை ஏற்படுத்தியுள்ளது. அனைத்து முறைசாராக் கல்வி மையங்களும் முறையான கல்வி அமைப்புடன் இணைக்கப்பட்டுள்ளன. 15 மாவட்டங்களில் கல்வியை அடிப்படையாக்குவதன் மூலம் குழந்தை உழைப்பை அகற்றும் திட்டத்தினை கையிலெடுத்துள்ளது. 1 மற்றும் 2ஆம் வகுப்புகளில் பின் தங்கியுள்ள பெரிய குழந்தைகளுக்கான கோடைகால முகாம்கள் ஆந்திர மாநில அரசால் ஏற்படுத்தப்படுகின்றன. கல்வி ஆண்டின் அனைத்து நாட்களிலும் பெற்றோரால் அழைத்து வரப்படும் குழந்தைகள் பள்ளிகளில் சேர்க்கப்பட வேண்டும் என்று அனைத்துப் பள்ளித் தலைமை ஆசிரியர்களுக்கும் கல்வித்துறை உத்தரவிட்டுள்ளது.

இன்னும் சிறப்பாக, ஏழைகள் மீதும் அவர்களுடைய குழந்தைகளை பள்ளிக்கு அனுப்பும் திறமைகள் மீதும் ஆந்திர மாநில அரசு காட்டிய நம்பிக்கையில் இத்திட்டத்தின் வெற்றி வெளிப்படுகிறது. குழந்தை உழைப்புக்குக் காரணம் என்று காலம் காலமாக சொல்லப்பட்டு வரும் 'வறுமை வாதம்' அடிபட்டு விட்டது. குழந்தை உழைப்பாளர் உள்ள குடும்பங்களுக்கு வழக்கமாக வழங்கப்படும் வாழ்வாதார உதவித் திட்டங்களுக்குப் பதிலாக, குழந்தைகளை முறையான பள்ளிகளில் சேர்ப்பதே அவர்களின் மறுவாழ்வுக்கான வழி என்றாகி விட்டது. ஆந்திரத்தில் ஏற்பட்டுள்ள இந்த மாற்றத்தை தேசிய மற்றும் மாநில அளவிலான கொள்கை வகுப்பாளர்கள் கவனத்தில் கொள்ள வேண்டியது அவசியம்.

எம்விஎஃப் திட்டம் குறித்த ஒரு விவாதத்தின்போது எம்விஎஃப் அமைப்பாளர்களில் ஒருவர் இது ஒரு இயக்கமா,

திட்டமா என்று ஆச்சரியப்பட்டார். என்னிடம் உடனடியாகப் பதில் இல்லை. ஆனால், அக்கேள்வி என் சிந்தனையில் பதிந்தது. செயல்பாட்டாளர்களிடம் கேட்கப்பட்ட எனது கேள்விகளிலும், பொதுவாக ரங்கா ரெட்டி மாவட்டத்தில் நிகழ்ந்துவரும் மாற்றங்கள் குறித்த எனது மதிப்பீட்டிலும் இது பாதிப்பு ஏற்படுத்தியது. எம்விஎஃப் பணி, 1930களில் தேசிய இயக்கம் கட்டமைத்த பணிகளுக்கு ஒப்பானது. கதர், ஹரிஜன நலம், கிராம முன்னேற்றம் ஆகியவை பிரச்சாரம் செய்யப் பட்டதன்மூலம் மக்கள் விழிப்புணர்வு ஏற்படுத்தப்பட்டதுடன், முன்னணி ஊழியர்களையும், தொண்டர்களையும் அடுத்த மக்கள் இயக்கத்துக்குத் தயார்ப்படுத்தியது. எம்விஎஃப் பணி என்பது வெகுமக்கள் திரட்சியின் ஆதரவுடன் மேற்கொள்ளப் பட்ட சமூக மாற்றத்துக்கான திட்டமாகும். ஒரு புரட்சிகர இயக்கத்தைவிடவும் மிகவும் ஆழமான முறையில், மிகுந்த சகிப்புத்தன்மையுடன் சமூக மாற்றம் கொண்டுவரப் பட்டுள்ளது. மெதுவாகத் தொடங்கி, படிப்படியாக, உதாரணங்களைக் கூறி, நன்மைகளை விளக்கி, தொடர்ந்து மக்களைத் தொடர்பு கொண்டிருக்கும் அணுகுமுறையைப் பின்பற்றியது. திடீரென்று தோன்றி, குறுகியகாலத்தில் அபார வளர்ச்சியடைந்து, அதேவேகத்தில் காணாமல் போகும், வரலாற்றுக் காலத்தின் குறிப்பிட்ட காலத்திற்குள் குறுக்கப் படும் நக்சலைட்டுகள் காலம் போன்ற இயக்கங்களுக்கு எம்விஎஃப் இயக்கம் நேர்மாறானது.

தமது பணிகள் மாநிலங்கள் மற்றும் தேசிய அளவில் விரிவுபடுத்தப்படும்போது மட்டுமே அது ஒரு இயக்கமாக மாறும் என்று எம்விஎஃப் அமைப்பாளர்கள் நம்புகிறார்கள். எனவே, எம்விஎஃப் தற்போது மற்ற மாவட்டங்களுக்கு செய்தியைப் பரப்பி வருவதுடன், குழந்தைத் தொழிலாளர் முறை மற்றும் குழந்தைத் திருமணங்களுக்கு எதிரான இயக்கத்தில் ஆர்வமுள்ள உள்ளூர் மக்களுக்கு உதவியும் வருகிறது. விகாராபாத் ஆண்கள் முகாமில் ஓரிரவு நான் தங்கியிருந்த போது, எம்விஎஃப் செயல்பாடுகள் குறித்து அறிந்துகொள்வதற்காக மெகபூப் நகர் மாவட்டத்திலிருந்து வந்திருந்த இளைஞர்கள் சிலரை நான் சந்தித்தேன். பெரிய அளவில் செயல்படும் இதர என்.ஜி.ஓக்களுக்கும் எம்விஎஃப் அமைப்புக்கும் வேறுபாடு உள்ளது. தனிப்பட்ட நபர்களின்

தலைமையில், சிறியதாக, உள்ளூர்த்தன்மைகளுடன் இருப்பதையே எம்விஎஃப் விரும்புகிறது.

அரசு நிறுவனங்களின் தோல்விகள் மற்றும் பெரும் பாலான நிறுவன அமைப்புகளின் ஈடுபாடின்மையுடன் ஒப்பிடும்போது, எம்விஎஃப் அனுபவங்கள் முக்கியத்துவம் பெறுகின்றன. மற்ற என்.ஜி.ஓ.க்கள் அரசுக்கு எதிராகத் தம்மை நிலைநிறுத்தி, தீவிரவாத அரசியலை மேற்கொண்டுவரும் நிலையில், செயலற்ற அரசு நிறுவனங்களைச் செயலாற்றத் தூண்டுவது, இதற்காக மக்களைத் திரட்டுவது என்ற நடுநிலையை எம்விஎஃப் மேற்கொள்கிறது. எம்விஎஃப் அணுகு முறை எதிர்ப்பு அணுகுமுறை அல்ல; அரசு நிறுவனங்களுக்கு வாழ்வூட்டுவது, குடிமைச் சமூகங்களை வலுப்படுத்துவது, திட்டங்களை மக்கள் அணுகச்செய்வதன் மூலம் நல்ல ஆட்சிக்கு உதவுவது ஆகியவற்றை மேற்கொள்வதிலேயே எம்விஎஃப் ஈடுபட்டுள்ளது. இது, தமக்குத் தேவையான மேம்பாடுகளைத் திட்டமிடுவதற்கு நிதியாதாரங்களைக்கூட வழங்கும் ஆற்றலை உருவாக்கும் திட்டங்களை வழங்குகிறது. மக்களை முறையிடுபவர்களாக மட்டுமே வைத்திருக்கும் வகையில் அனைத்து அதிகாரங்களின் மையமாக அரசு இருப்பதற்கு மாறாக, மக்கள் விரும்பும் சமூக மாற்றம் ஏற்படுவதற்கான செயல்முறையில் ஒரு கருவியாக மட்டும் அரசு நிறுவனங்களைப் பயப்படுத்திக் கொள்ளும் முகமையை ஏற்படுத்தும் ஆற்றலை இந்த ஆற்றல்படுத்தல் ஏற்படுத்துகிறது. ஜனநாயகம் ஆழப்படுத்தப்படுவதிலும், ஒரு அரசு அமைப்பின் மக்கள் ஆதரவு புரட்சிகர ஆற்றலைக் கட்டமைப்பதிலும் இது வெளிப்படுகிறது.

குழந்தை உழைப்பை ஒழிப்பதிலும், கல்வியிலும் எம்விஎஃப் மேற்கொண்ட அணுகுமுறையில் உள்ள புரட்சிகரமான தன்மையை கொள்கை வகுப்பாளர்கள் தமது செயல்திட்டமாக ஏற்றுக் கொள்ள வேண்டிய நேரம் இது. அமெரிக்க அதிபரே வருகை தந்த சைபர் சிட்டி என புகழப்படும் ஹைதராபாத் நகருக்கு வெளியே புழுதியும் தூசும் நிறைந்த கிராமங்களில் நிகழ்ந்து வரும் சமூக மாற்றம் என்னும் பேரலை குறித்து ஆந்திரத்திற்கு வெளியே அதிகம் தெரியவில்லை. எம்விஎஃப் என்ன கொள்கைகளைப் பின்பற்றியது, அதன் செயல்திட்டங்கள் என்ன என்பதைவிட,

குறிப்பிட்ட சூழலின் மாறிவரும் தேவைகளைக்கு ஏற்ப தன்னை உருவாக்கிக் கொண்ட எம்விஎஃப் அணுகுமுறை பற்றி, சமுதாயத்தின் மாறிவரும் நிலைபாடுகளில் கவனம் செலுத்துவது முக்கியமாகும். கீழ் நிலையில் பெரிதும் புறக்கணிக்கப்பட்ட நிலையிலிருந்து சமூக மாற்றத்துக்கான ஆற்றல்மிக்க கருவியாகவும், வாய்ப்பு வசதிகளற்ற சமுதாயக் குழுக்களுக்கு சம வாய்ப்புகளை வழங்கும் அமைப்பாகவும் கல்வி மாறியுள்ளது. இன்று, ஏழை மக்களை சமூக, அரசியல், பொருளாதார ஏணியில் ஏற்றிவிடும் வழி—இலவச, கட்டாயக் கல்விதான் என்பது ஏற்றுக்கொள்ளப்பட்டிருக்கிறது. இதன் பின்னணியில் எம்விஎஃப் உள்ளது. ‘கல்வி-சமூக மாற்றத்துக் கான போராட்டக் களம்’ என்ற அம்சத்தை எம்விஎஃப் பின்பற்றியது என்று ஒரு பார்வையாளர் கூறினார். எம்விஎஃப் கதை மீண்டும், மீண்டும் கூறப்படவேண்டும்; மிகச் சிறிய ஆதாரங்களுடனும், மிகப்பெரிய மன உறுதியுடனும் தொடங்கப்பட்ட ஒரு அமைப்பு எவ்வாறு, அடிமைப்பட்டுக் கிடந்த மிகவும் நலிவடைந்த பிரிவினரின் சமூக ஆற்றலைத் தூண்டிவிட்டு, தாமாகவே மறு ஆற்றற்படுத்திக்கொள்ளும் வகையில் ஒரு சமூக மாற்றத்தை உருவாக்கியது என்பது காவியமாகவும், நாட்டுப்புறக் கதைகளாகவும், பாடல்களாகவும் மாறவேண்டும்.

தம்மில் ஒரு அங்கமான குழந்தைத் தொழிலாளர்கள் விடுதலைக்காக ஒட்டுமொத்த சமுதாயத்தையும் எம்விஎஃப் திரட்டியது, புனிதமான இந்திய விடுதலைப் போரை நினைவூட்டுகிறது. தனது மக்கள் மீதான ஒடுக்குமுறைகளுக்கு முடிவுகாண உறுதியேற்ற காந்தி, தமக்குள் உள்ள ஆற்றலையும், சக்தியையும் மக்கள் தாமே கண்டுபிடித்து, ஏகாதிபத்தியத்துக்கு எதிராகப் போராடச்செய்தார். உலகம் அறியவந்த மாபெரும் மக்கள் இயக்கத்தில் ஒன்றை நாம் கண்டோம். விடுதலைக்குப் பின்னர் நாடு கட்டமைக்கப்பட்ட காலத்தில் இந்த உறுதி மொழி கொஞ்சம் கொஞ்சமாக வெளியேறி, நாடு அதிகார வர்க்கத்தின் பிடியில் வந்துவிட்டது. இன்று, எம்விஎஃப் போன்ற முன்முயற்சிகளால் சமூக நீதிக்கான போராட்டம் மீண்டும் ஒருமுறை தொடங்கியுள்ளதைக் காணும்போது நம்பிக்கை ஒளி மீண்டும் தென்படுகிறது.

துணை நூற்பட்டியல்

Burra, Neera, Introduction to *Born Unfree : Child Labour, Education, and the State in India: An Omnibus*, Oxford University Press, New Delhi, 2006.

_____, *Born to Work: Child Labour in India*, Oxford University Press, New Delhi, 1995.

_____, "Crusading for Children in India's Informal Economy", *Economic and Political Weekly*, Special Article, December 3, 2005.

Drèze, Jean and Sen, Amartya, *India: Development and Participation*, Oxford University Press, New Delhi, 2002.

Kabeer, Naila, Nambissan, G.B., Subrahmanian, Ramya, *Child Labour and the Right to Education in South Asia: Needs Versus Rights?* Sage Publications, New Delhi, 2003.

Kruijtbosch, Martine, Girl Child and Education, May/June 2000, mimeo, MVF Office, Secunderabad.

Lee, Theodora, *A Better Childhood, Case Studies on Child Labour*, Research Support by M.V. Foundation.

M. Venkatarangaiya Foundation, *Elimination Of Child Labour Through Universalisation Of Education*, Annual Report, May 2005 to April 2006.

_____, Girl Child Bonded Labour in Cottonseed Fields: A Study of Villages in Ranga Reddy District of Andhra Pradesh, MVF, 1998.

Mukherjee, Aditya, Sarkar, Urmila, Sudarshan, Ratna M., MV Foundation: An Evaluation of the programme 'Elimination of Child Labour through the Universalisation of Elementary Education' for MVF-EU Donor Consortium, January 2005.

Sainath, P., *Everybody Loves a Good Drought: Stories from India's Poorest Districts*, Penguin, New Delhi, 2002.

Sinha, Dipa, "Rethinking ICDS: A Rights Based Perspective", *Economic and Political Weekly*, 26 August 2006.

Sinha, Shantha, "Child Labour and Education Policy in India", *The Administrator*, Vol. XLI, July-September 1996, pp.17-29.

_____, "Emphasising Universal Principles towards Deepening of Democracy: Actualising Children's Right to Education", *Economic and Political Weekly*, Special Article, June 18, 2005,

UNICEF, *The State of the World's Children Report*, 2007.

Wazir, Rekha, *The Gender Gap in Basic Education, NGOs as Change Agents*, Sage Publications, New Delhi, 2000.

_____, " 'No to Child Labour, Yes to Education': Unfolding of a Grass Roots Movement in Andhra Pradesh" in *Economic and Political Weekly, Review of Labour*, 28 December, 2002.

Weiner, Myron, *The Child and the State in India: Child Labour and Education Policy in Comparative Perspective*, Oxford University Press, New Delhi, 1991.